பாரதி:
கவிஞனும் காப்புரிமையும்

பாரதி: கவிஞனும் காப்புரிமையும்

பாரதி படைப்புகள் நாட்டுடைமையான வரலாறு

ஆ. இரா. வேங்கடாசலபதி

‘வையகத்தீர், புதுமை காணீர்’ என்று பாடினான் பாரதி. 12 மார்ச் 1949இல் தமிழகச் சட்டமன்றத்தில் கல்வி அமைச்சர் தி.சு. அவினாசிலிங்கம் செட்டியார், பாரதி படைப்புகளின் பதிப்புரிமை அரசுடைமை ஆக்கப்படும் என்று அறிவித்தபொழுது உண்மையிலேயே வையகம் அதுவரை காணாததொரு புதுமையைக் கண்டது. ஓர் எழுத்தாளனின் பதிப்புரிமையை அரசாங்கமே வாங்கி அதை மக்களின் பொதுவுடைமை ஆக்கியதை உலகம் அதுவரை கண்டதில்லை. பாரதி கனவு கண்டது போலவே ‘மண்ணெண்ணெய் தீப்பெட்டிகளைக் காட்டிலும் அதிக ஸாதாரணமாகவும், அதிக விரைவாகவும்’ அவனுடைய நூல்கள் தமிழ் மக்களிடையே பரவியதற்கு அடிப்படையாக அமைந்த பாரதி படைப்புகளினுடைய பதிப்புரிமை நாட்டுடைமையான வரலாறு இதுவரை முழுமையாக எழுதப்படவில்லை. இந்நிலையில், இதுவரை பயன் கொள்ளப்படாத பல முதன்மை ஆதாரங்களின் – முக்கியமாக அரசு ஆவணங்கள் – அடிப்படையில் இந்நூல் எழுதப்பட்டுள்ளது. பாரதி இயலுக்குச் சீரியதொரு பங்களிப்பாக அமையும் இந்நூல், தமிழ்ச் சூழலில் எழுத்தாளரின் காப்புரிமை பற்றி அண்மைக் காலங்களில் ஏற்பட்டுவரும் புதிய விழிப்புக்கும் ஊட்டம் தரும்.

ஆ. இரா. வேங்கடாசலபதி தமிழ்ச் சமூக வரலாறு தொடர்பாகக் குறிப்பிடத்தகுந்த ஆய்வுகள் செய்துவருபவர். சென்னை வளர்ச்சி ஆராய்ச்சி நிறுவனத்தில் *(Madras Institute of Development Studies)* பேராசிரியராக இருக்கும் இவர், மனோன்மணியம் சுந்தரனார் (திருநெல்வேலி), சென்னை, சிகாகோ, சிங்கப்பூர் பல்கலைக்கழகங்களில் பணியாற்றியிருக்கிறார். வி.கே.ஆர்.வி. ராவ் விருதும் (2007) விளக்கு புதுமைப்பித்தன் விருதும் (2018) கோயம்புத்தூர் பாரதி பாசறை வழங்கும் மகாகவி பாரதி விருதும் (2021) பெற்றிருக்கிறார்.

ஆசிரியரின் பிற நூல்கள்

எழுதியவை

வ. உ. சியும் திருநெல்வேலி எழுச்சியும் (1987)

பின்னி ஆலை வேலைநிறுத்தம், 1921 (1990) (இணையாசிரியர்: ஆ. சிவசுப்பிரமணியன்)

அந்தக் காலத்தில் காப்பி இல்லை முதலான ஆய்வுக் கட்டுரைகள் (2000)

நாவலும் வாசிப்பும் (2002)

முல்லை: ஓர் அறிமுகம் (2004)

முச்சந்தி இலக்கியம் (2004)

பாரதி: கவிஞனும் காப்புரிமையும் (2015)

ஆஷ் அடிச்சுவட்டில்: அறிஞர்கள், ஆளுமைகள் (2016)

எழுக, நீ புலவன்!: பாரதி பற்றிய கட்டுரைகள் (2016)

தமிழ்க் கலைக்களஞ்சியத்தின் கதை (2018)

திராவிட இயக்கமும் வேளாளரும் (1927–1944) (2019)

பதிப்பித்தவை

வ. உ. சி. கடிதங்கள் (1984)

மறைமலையடிகளார் நாட்குறிப்புகள் (1988)

வ. உ. சியும் பாரதியும் (1994)

பாரதியின் கருத்துப்படங்கள்: 'இந்தியா' 1906–1910 (1994)

அன்னை இட்ட தீ: புதுமைப்பித்தன் (1998)

வ. உ. சியின் சிவஞான போதவுரை (1999)

புதுமைப்பித்தன் கதைகள்: முழுத் தொகுப்பு (2000)

புதுமைப்பித்தன் கட்டுரைகள் (2002)

அண்ணல் அடிச்சுவட்டில் – ஏ. கே. செட்டியார் (2003)

பாரதி: 'விஜயா' கட்டுரைகள் (2004)

புதுமைப்பித்தன் மொழிபெயர்ப்புகள் (2006)

பாரதி கருவூலம்: 'ஹிந்து' நாளிதழில் பாரதியின் எழுத்துகள் (2008)

திலக மகரிஷி – வ.உ.சி. (2010)

பாரதியின் சுயசரிதைகள்: கனவு, சின்னச் சங்கரன் கதை (2014)

சென்றுபோன நாட்கள்: எஸ்.ஜி. இராமாநுஜலு நாயுடு (2015)

புதுமைப்பித்தன் வரலாறு: தொ.மு.சி ரகுநாதன் (2016)

உ.வே. சாமிநாதையர் கடிதக் கருவூலம் (2018)

தமிழாக்கம்

பாப்லோ நெருடா, துயர்மிகு வரிகளை இன்றிரவு நான் எழுதலாம் (2005)

வரலாறும் கருத்தியலும் (Romila Thapar's Past and Prejudice) (2008)

In English

(trans), Tranquillity -Bharatidasan (1987)

(trans), J.J. Some Jottings -Sundara Ramaswamy (2003)

In Those Days There Was No Coffee: Writings in Cultural History (2006)

(ed.) A.K. Chettiar, In the Tracks of the Mahatma: The Making of a Documentary (2006)

(ed.) Chennai, Not Madras: Perspectives on the City (2006)

(ed.) M.L. Thangappa, Love Stands Alone: Selections from Tamil Sangam Poetry (2010)

(ed.) M.L. Thangappa, Red Lilies and Frightened Birds: 'Muttollayiram' (2011)

The Province of the Book: Scholars, Scribes, and Scribblers in Colonial Tamilnadu (2013)

(co-ed.), Beyond Tranquebar: Grappling Across Cultural Borders in South India (2014)

Who Owns That Song?: The Battle for Subramania Bharati's Copyright (2018)

Tamil Characters: Personalities, Politics, Culture (2018)

ஆ. இரா. வேங்கடாசலபதி

பாரதி:
கவிஞனும் காப்புரிமையும்
பாரதி படைப்புகள் நாட்டுடைமையான வரலாறு

காலச்சுவடு பதிப்பகம்

பாரதி: கவிஞனும் காப்புரிமையும் பாரதி படைப்புகள் நாட்டுடைமையான வரலாறு • ஆசிரியர்: ஆ. இரா. வேங்கடாசலபதி • © ஆ. இரா. வேங்கடா சலபதி • முதல் பதிப்பு: ஜூலை 2015, மூன்றாம் (குறும்) பதிப்பு: டிசம்பர் 2020, நான்காம் பதிப்பு: செப்டம்பர் 2021 • வெளியீடு: காலச்சுவடு பப்ளிகேஷன்ஸ் (பி) லிட்., 669, கே.பி. சாலை, நாகர்கோவில் 629001

Bharati: Kavignanum Kaappurimaiyum • Monograph on the Nationalization of C. Subramania Bharati's Copyright • Author: A.R. Venkatachalapathy • © A.R. Venkatachalapathy • Language: Tamil • First Edition: July 2015, Third (Short) Edition: December 2020, Fourth Edition: September 2021 • Size: Demy 1 x 8 • Paper: 18.6 kg maplitho • Pages: 152

Published by Kalachuvadu Publications Pvt. Ltd., 669, K.P. Road, Nagercoil 629001, India • Phone: 91-4652-278525 • mail: publications @kalachuvadu.com • Printed at Mani Offset, Chennai 600077

ISBN: 978-93-84641-24-5

09/2021/S.No.659, kcp 3205, 18.6 (4) ass

வே. வசந்தி தேவி
அவர்களுக்கு...

பொருளடக்கம்

	முன்னுரை	11
1.	படைப்பும் பதிப்புரிமையும்	25
2.	வழக்கும் இயக்கமும்	39
3.	அரசுடைமையும் நாட்டுடைமையும்	70
	முடிவுரை	100
	பின்னிணைப்புகள்	
i.	அரசாங்கத்திற்குத் தி.க. சண்முகம் கடிதங்கள்	107
ii.	டி.கே.எஸ். சகோதரர்கள் அறிக்கை	109
iii.	ஏவி.எம். முன்வைத்த திட்டம்	112
iv.	பாரதி குடும்பத்தினர் அறிக்கைகள்	116
v.	பதிப்புரிமையைக் கையகப்படுத்தும் அரசு அறிவிப்பு	120
vi.	அரசுடைமையாக்கத்திற்குப் பாரதி குடும்பத்தினரின் ஒப்புதல்	122
vii.	அரசுடைமையான காலத்தில் பாரதி நூல் விற்பனை	123
viii.	Service or Profiteering?	125
ix.	பாரதி நூல் (அரசு பதிப்பு) விற்பனை பற்றிச் சட்டமன்றத்தில் கேள்வி	135
x.	நாட்டுடைமையாக்க அறிவிப்பு	136
xi.	பாரதி நூல்களுக்குப் பரிபூரண விடுதலை	138

xii. நாட்டுடைமையாக்கம் பற்றி நூலாசிரியர் — 142
   (அ) Nationalising Anna — 142
   (ஆ) நாட்டுடைமையாக்கம்:
      கௌரவமா? கேலிக்கூத்தா? — 144

படங்கள் — 146

சான்றுப் பட்டியல் — 149

முன்னுரை

'வையகத்தீர், புதுமை காணீர்' என்று ருஷ்யப் புரட்சியைப் பாடினான் பாரதி. 12 மார்ச் 1949இல் சென்னை மாநிலச் சட்டமன்றத்தில் கல்வி அமைச்சர் தி.சு. அவினாசிலிங்கம் செட்டியார், பாரதி படைப்புகளின் பதிப்புரிமை அரசுடைமை ஆக்கப்படும் என்று அறிவித்தபொழுது உண்மையிலேயே வையகம் அதுவரை காணாத தொரு புதுமையைக் கண்டது. ஓர் எழுத்தாளனின் பதிப்புரிமையை அரசாங்கமே வாங்கி அதை மக்களின் பொதுவுடைமை ஆக்கியதை உலகம் அதுவரை கண்டதில்லை. காந்தி, தாகூர், நேரு போன்ற பெருமக்களுக்கும்கூட இந்தப் பெருமை வாய்த்ததில்லை. நவீனத் தமிழைச் சமைத்ததில் முதன்மைப் பங்காற்றிய பாரதியின் படைப்புகள் மேலும் அதிகமான தாக்கத்தை ஏற்படுத்துவதற்குப் பாரதியின் நாட்டுடைமையாக்கம் முக்கியக் காரணியாக அமைந்தது என்பதில் இருவேறு கருத்துக்கு இடமில்லை.

தமிழ் எழுத்தாளர்கள் நூற்றுக்கும் மேற்பட்டவர் களின் படைப்புகள் நாட்டுடைமை ஆக்குவதற்கும் பாரதியே முன்னோடி. இது பாரதிக்குப் பெருமையா என்பது வேறு!

பாரதி கனவு கண்டது போலவே 'மண்ணெண்ணெய் தீப்பெட்டிகளைக் காட்டிலும் அதிக ஸாதாரணமாகவும், அதிக விரைவாகவும்' அவனுடைய நூல்கள் தமிழ் மக்களிடையே பரவியதற்கு அடிப்படையாக அமைந்த பாரதி

படைப்புகளினுடைய பதிப்புரிமை நாட்டுடைமையான வரலாறு இதுவரை முழுமையாக எழுதப்படவில்லை. இதில் பங்கு பெற்ற தி.க. சண்முகம், ஓமந்தூர் பி. இராமசாமி ரெட்டியார், நாரண. துரைக்கண்ணன், வல்லிக்கண்ணன், ஏவி. மெய்யப்ப செட்டியார் முதலான பிரமுகர்களின் சுயசரிதை மற்றும் வாழ்க்கை வரலாறுகளில் இடம்பெறும் இடைப்பிறவரலான செய்திகளைக் கொண்டே பாரதி நாட்டுடைமையாக்கம் இதுகாறும் பேசப்பட்டுள்ளது. ஒவ்வொரு நபரின் வரலாற்றிலும் அவ்வவருக்கு முதன்மை தரப்பட்டுள்ளது. இவற்றில் குழப்பங் களுக்கும் மயக்கங்களுக்கும் குறைவில்லை. இவற்றோடு தெரிந்தே நுழைத்த திரிபுகளையும் சேர்த்துக்கொள்ள வேண்டும். இந்நிலையில், இதுவரை பயன்கொள்ளப்படாத பல முதன்மை ஆதாரங்களின் – முக்கியமாக அரசு ஆவணங்கள் – அடிப்படையில் இந்நூல் எழுதப்பட்டுள்ளது. சிறியதேயாயினும் சீரியதொரு பங்களிப்பாகப் பாரதி இயலுக்கு இது அமையும் என நம்புகிறேன். தமிழ்ச் சூழலில் எழுத்தாளரின் காப்புரிமை பற்றி அண்மைக் காலங்களில் ஏற்பட்டுவரும் புதிய விழிப்புக்கும் இந்நூல் உரமானால் அது கூடுதல் மகிழ்ச்சிக்கு வாய்ப்பாகும்.

~

பாரதி நூற்றாண்டில் (1981–82) இலக்கிய உலகிற்குள் நுழைந்தவன் நான். அப்பொழுது ஏறத்தாழ நாள்தோறும் பாரதி கூட்டங்கள் நடக்கும். பாரதி நூல்களைத் தேடிப் படித்ததோடு கூட்டங்களுக்கும் செல்வேன். பதினைந்து வயதுகூட நிரம்பாத ஓர் இலக்கிய மாணவனின் நெஞ்சில் கனல் மணந்த நாள்கள் அவை.

அந்தச் சமயத்தில் வெறும் மீசை மட்டும் கொண்ட ஒரு சுவரொட்டி ஊரெங்கும் ஒட்டப்பட்டிருந்தது. பாரதியின் ஆளுமை சில துளிக் கறுப்பு மைக்குள் சிறைப்பட்டிருந்த மாயம் பரவசத்தை ஏற்படுத்தியது. இன்று ஞாநி நாட்டுடைமையாக்கிவிட்ட பாரதியின் சித்திரம் அது. சில நாளுக்குப் பிறகுதான் அது வெளிவரவிருந்த *தீம்தரிகிட* இதழுக்கான விளம்பரம் என்று தெரிந்தது. அதன் முதல் இதழ்களில் வெளிவந்த கட்டுரை ஒன்று இன்றும் பசுமையாக நினைவிலுள்ளது.

பாரதி நூற்றாண்டையொட்டி ஏவி.எம். திரைப்பட நிறுவனம் பாரதி பாடல்கள் கொண்ட ஓர் இசைத்தட்டை வெளியிட்டிருந்தது. பாரதியின் படத்திற்குச் சமமாக ஏவி. மெய்யப்ப செட்டியாரின் படத்தையும் அலங்காரக் கோடுகளுக்குள் கொண்டு அமைந்தது

அதன் உறை. உறைக் குறிப்புகளை (*sleeve notes*) எழுதியிருந்தவர் அப்பொழுது கவிப்பேரரசு ஆகியிராத வைரமுத்து. புரவலரை நயந்து போற்றும் இடைக்காலப் புலவனின் வெற்றலங்கார நடையில் ஒரு பெருங்கவிஞனையும் ஒரு பட முதலாளியினையும் சமமாகப் பாவித்து எழுதப்பட்ட வரிகளில் ஒன்று தமிழும் காற்றும் இருக்கும்வரையில் இருவரின் புகழும் நின்று நிலவும் என்ற பொருள் தந்ததாக நினைவு. இதைக் கண்டித்து அறந்தை நாராயணன் காட்டமான ஒரு கட்டுரையைத் *தீம்தரிகிட*வில் (1-3-1982) எழுதினார். '*A. V. M.* + வைரமுத்து = பாரதி வியாபாரம்' என்பதாகத் தலைப்பு. தவிர்க்க முடியாத நிலையிலேயே பாரதி பாடல்களின் ஒலிப்பதிவு உரிமையை ஏவி. மெய்யப்ப செட்டியார் விட்டுக்கொடுத்தார் என்றும், பாரதிக்கு இணையாக அவரைக் கருதுவது பித்தலாட்டம் என்பதாகவும் அவர் விளாசியிருந்தார். இந்த முப்பதுக்கும் மேற்பட்ட ஆண்டுகளில் அறந்தை நாராயணனின் கட்டுரையைப் பல மகானுபாவர்கள் தம் செயல்களால் நினைவூட்டிக்கொண்டே இருக்கிறார்கள்!

பாரதி இலக்கியம் அறிமுகமான வேளையிலேயே பாரதி படைப்புகளின் பதிப்புரிமை பற்றியும் இவ்வாறுதான் அறிய நேர்ந்தது.

1982ஆம் ஆண்டில் சென்னை கே.கே. நகர் இலக்கிய வட்டத்தில் முதுபெரும் தமிழ் எழுத்தாளரான நாரண. துரைக் கண்ணன் உரையாற்ற வந்திருந்தார். அவரைக் கூட்டத்திற்கு அழைத்துவரும் பொறுப்பு எனக்கு. அப்படி ஏற்பட்ட பழக்கத்தில் பலமுறை அவரைச் சந்தித்துப் பேசியிருக்கிறேன். ஒரு காலத்தில் செல்வாக்குமிக்க எழுத்தாளராக, பல பிரமுகர்களின் நன்மதிப்புக்குப் பாத்திரமாக இருந்த அப்பண்பாளர் மிக எளிமையாகப் பழகினார். *பிரசண்ட விகடன்*, நாகவேடு முனிசாமி முதலியார், வ.உ.சி., ஸ்ரீ நடராஜா கல்விக் கழகம், புதுமைப்பித்தன் எனப் பல செய்திகளோடு பாரதி விடுதலைக் கழகம் தொடர்பான தம் அனுபவங்களையும் அவர் பகிர்ந்துகொண்டார். முகம் மாமணி நாரண. துரைக்கண்ணனின் நினைவுக் குறிப்புகளை நேர்காணல்களின்வழியே *நெஞ்சில் நிலைத்த நினைவுகள்* என்ற தலைப்பில் ஒரு தொடராகத் தொகுத்து வெளியிட்டபொழுதும் நான் அவருடன் இருந்திருக்கிறேன்.

எதிரொலி விசுவநாதன் எழுதிய *பாரதிக்கு விடுதலை*, அவ்வை தி.க. சண்முகத்தின் நாடக நினைவுகள், சோமலெவின் ஓமந்தூர் இராமசாமி ரெட்டியார் வரலாறு, ஏவி. மெய்யப்ப செட்டியாரின் அனுபவப் பதிவுகள் முதலான நூல்களும் மறைமலையடிகள் நூல் நிலையத்தில் பார்க்கக் கிடைத்தன.

1980களின் பிற்பகுதியில் தமிழில் அச்சு, பதிப்புத் துறையின் வரலாற்றை அறிந்து ஆராயும் நாட்டம் எனக்குள் மிகுந்தது. 1990இல் ஜவகர்லால் நேரு பல்கலைக்கழகத்தின் வரலாற்றாய்வுத் துறையில் முனைவர் பட்ட ஆய்வுக்கு அதனையே ஆய்வுப் பொருளாகத் தேர்ந்துகொண்டேன். அந்த ஆய்வேட்டில் 'பதிப்புரிமை' பற்றிய ஒரு சிறு பகுதியும் அடங்கும்.

1991ஆம் ஆண்டோடு தாகூரின் படைப்புகளுக்கான பதிப்புரிமை தீர்ந்திருக்க வேண்டும். ஆனால் அன்றைய பி.வி. நரசிம்ம ராவ் பிரதமராக இருந்த காங்கிரஸ் சிறுபான்மை அரசாங்கம் விஸ்வபாரதி கொடுத்த நெருக்குதலால் ஓர் அவசரச் சட்டத்தின் மூலம் முன்னுதாரணமில்லாத விதிவிலக்காகத் தாகூரின் பதிப்புரிமைக்குப் பத்தாண்டுகளுக்கு நீட்டிப்பு வழங்கியது.

இதே காலகட்டத்தில் பாரதிதாசனின் படைப்புகளை நாட்டுடைமையாக்க வேண்டும் என்ற கோரிக்கை தமிழன்பர் களிடையே வலுப்பெற்றது. பதின்மூன்று ஆண்டுகளுக்குப் பிறகு அரசு கட்டிலில் ஏறிய மு. கருணாநிதியின் தலைமையிலான தி.மு.க. அரசு அந்த நீண்ட நாளைய கோரிக்கையை 1990இல் நிறைவேற்றியது. நாட்டுடைமையாக்க வரிசையில் அடுத்து வந்தவர் பட்டுக்கோட்டை கல்யாணசுந்தரம்.

திராவிடப் பாரம்பரியத்திற்கு உரிமை கொண்டாடும் தி.மு.க. – அ.தி.மு.க. போராட்டத்தில், இராணி அண்ணாதுரைக்குப் பத்து லட்சம் ரூபாய் கொடுத்து அண்ணாவின் படைப்புகளை 1995இல் நாட்டுடைமையாக்கினார் அன்றைய முதல்வர் ஜெ. ஜெயலலிதா. இதனை வரவேற்று *The Economic Times* நாளேட்டில் ஒரு கட்டுரை எழுதினேன் (பிற்சேர்க்கை 12அ).

நாட்டுடைமையாக்கம் பற்றி வெறும் அறிவுரீதியிலான தொடர்பு மட்டுமே கொண்டிருந்ததற்கு மாறாக நேரிடையாக அதில் ஈடுபட வேண்டிய ஒரு புயலில் நான் சிக்கினேன். புத்தாயிரத்தில் நடந்த 'தமிழ்இனி 2000' மாநாட்டில், பல்லாண்டுக் கால உழைப்பில் புதுமைப்பித்தன் கதைகளுக்கான காலவரிசையில் அமைந்த, பாட வேறுபாடுகள் முதலானவை அடங்கிய, 'செம்பதிப்பு' என இன்று அறிந்தேற்பைப் பெற்றுவிட்ட என் பதிப்பு வெளிவந்தது. என் மீதும், சுந்தர ராமசாமி மீதும், கண்ணன் மீதும், காலச்சுவடு மீதும், அறத்தின் மீதும் பொறாமை கொண்ட சிலர் எங்களுக்கு எதிராக அணிதிரண்டனர்; புதுமைப்பித்தனை நாட்டுடைமையாக்க வேண்டும் என்ற கோரிக்கையை முன்வைத்தனர். விழுமிய கோரிக்கைகளுக்கு

அடியோட்டமாகக் கீழான நோக்கங்களும் அற்ப மனிதர்களும் இருப்பது வரலாற்றில் இது முதல் முறையல்லவே!

இந்த விவகாரத்தின் ஒரு நல்ல விளைவாகப் பதிப்புரிமை, பிரசுர ஒப்பந்தம், ராயல்டி, காசோலை முதலான, அதுவரை தமிழ் எழுத்தாளர்கள் பெரும்பாலும் கேள்வியேபட்டிராத சொற்களும் கருத்தாக்கங்களும் பரவலாயின. அதற்கடுத்த ஆண்டுகளில் புற்றீசல் போல் பல எழுத்தாளர்களின் பதிப்புரிமை நாட்டுடைமையாகிய சூழலில் *காலச்சுவடு* ஜனவரி 2006 இதழில் ஒரு தலையங்கத்தையும் நான் எழுதினேன் (பிற்சேர்க்கை 12ஆ).

2007இல் பெரியார் திராவிடர் கழகம் *குடிஅரசு* இதழ்க் கட்டுரைகளைப் பல தொகுதிகளாக வெளியிட்டதையொட்டித் திராவிடர் கழகம் சென்னை உயர்நீதி மன்றத்தில் வழக்கு தொடர்ந்தது. பெரியாரின் எழுத்துகளை நாட்டுடைமையாக்க வேண்டும் என்ற கோரிக்கை இத்தருணத்தில் மேலெழுந்தது.

2009இல் நாட்டுடைமையாக்கம் காலச்சுவடுக்கு எதிராக இன்னொரு முறையும் பயன்படுத்தப்பட்டது. பதிப்புரிமையாளரான திருமதி கமலா ராமசாமியின் அனுமதி பெறாமலேயே சுந்தர ராமசாமியின் படைப்புகளை நாட்டுடைமையாக்குவதாக அன்றைய தி.மு.க. அரசாங்கம் சட்டமன்றத்தில் அறிவித்தது. மு. வரதராசன், கண்ணதாசன் படைப்புகளுக்கும் இதே கதி ஏற்பட்டது. பதிப்புரிமையாளர்கள் கடுமையாக மறுதலித்த பின்பே இது திரும்பப் பெறப்பட்டது.

நோய்வாய்ப்பட்டிருந்த ராஜம் கிருஷ்ணனின் படைப்புகள் அவர் உயிருடனிருந்தபோதே நாட்டுடைமையாக்கப்பட்ட விந்தையும் அண்மையில் நடந்தேறியது.

2004-2005ஆம் ஆண்டுகளில் பாரதி பதிப்புரிமை தொடர்பாகச் சில மெல்லிய அதிர்வுகள் தமிழுலகில் ஏற்பட்டன. பாரதியின் மூத்த மகள் தங்கம்மாளின் மகள் எஸ். விஜய பாரதி, தமது கணவர் பி.கே. சுந்தர் ராஜன் கனடாவில் பணியாற்றி ஓய்வு பெற்ற நிலையில் பல பத்தாண்டுகளுக்குப் பிறகு இந்தியா திரும்பியிருந்தார். இவர்களுடைய மகள் மீரா டி. சுந்தர் ராஜன் ஆக்ஸ்போர்டு பல்கலைக்கழகத்தின் சட்டப் புலத்தில் அறிவுசார் சொத்துரிமை பற்றி பிஎச்.டி. ஆய்வு செய்தவர் என்ற செய்தியினையும் அவர்கள் சென்னைக்குக் கொண்டுவந்தனர். ரிப் வான் விங்கிள் இருபதாண்டுகள் தூங்கி விழித்த கதையை நினைவூட்டும் வகையில் இவர்களுடைய செயல்பாடுகள் இருந்தன. சென்ற முக்கால் நூற்றாண்டுக்கும் மேலாகப் பாரதி ஆய்வில் சளைக்காமல் உழைத்த அனைவரையும் புறக்கணித்து, பழிக்கும்

வகையில் பத்திரிகையில் நேர்காணல்களையும் கட்டுரைகளையும் அவர்கள் வரைந்தனர். பாரதி குடும்பத்துக்குரிய அறிவுசார் சொத்துரிமையைக் கவர்ந்த பதிப்பகத்தாரும் ஆய்வாளர்களும், பாரதி நூல்களை விற்றுக் கொள்ளை லாபம் அடிக்கின்றனர் என்பதே இவர்களுடைய குற்றச்சாட்டுகளின் சாராம்சம்.

இதைப் பற்றி எழுதிய மீரா சுந்தர் ராஜன், இதனைப் பற்பல கோடி வியாபாரம் *('multi-million dollar business')* என்று குறிப்பிட்டார். தமிழ்ப் பதிப்புலகின் அளவைப் பற்றி அறிந்த சிலருக்கு இதைப் படித்துச் சிரித்ததில் குடலிறக்கம் ஏற்பட்டது. பாரதி மறைந்து எண்பதாண்டுகளுக்கும் மேல் ஆகிவிட்டதால் காலச் சக்கரத்தைப் பின்னோக்கிச் சுழற்ற முடியாத நிலையில் 'தார்மீக உரிமை' *(moral rights)* என்ற புதுக் கரடியை ஏவும் முயற்சி செய்யப்பட்டது. *தி இந்து* ஆங்கில நாளிதழில் *(22-12-2004) 'Bharati and His Copyright'* என்றொரு நடுப்பக்கக் கட்டுரையை மீரா டி. சுந்தர் ராஜன் எழுதினார். எண்ணித் துணியாத காரணத்தால் அரசாங்கத்தின் நாட்டுடைமை முயற்சி பல பிரச்சனைகளை உண்டாக்கிவிட்டது; நாட்டுடைமையானதால் ஏற்பட்ட வணிக வாய்ப்பைப் பயன்படுத்திக்கொண்ட பதிப்பகங்கள் பாரதி படைப்புகளின் 'ஒருமை'யைச் *(integrity)* சிதைத்துவிட்டனர்; பாரதி நூல் பதிப்புகளில் ஏராளமான அச்சுப் பிழைகளும், தவறான பாடங்களும் நுழைந்ததோடல்லாமல் பாரதியின் வாழ்க்கை, ஆளுமை ஆகியன பற்றிய தவறான பிம்பங்களும் கட்டமைக்கப்பட்டுவிட்டன என்று வாதிட்ட மீரா சுந்தர் ராஜன், இந்தியப் பதிப்புரிமைச் சட்டத்தையும் விட்டுவைக்கவில்லை. இந்த விமரிசனங்களின் உட்கிடையாக அமைந்தது பாரதியின் பதிப்புரிமையை அவனுடைய கொடிவழியினரான தங்களுக்கு மீண்டும் திருப்ப வேண்டும் என்பதே. *3-5-2005*இல் எஸ். விஜய பாரதி *தினமணி*யில் எழுதிய நடுப்பக்கக் கட்டுரையில் இது நேரிடையாகவே அம்பலப்பட்டது. 'சென்னை அரசாங்கம் பாரதியின் கவிதைகளை எப்படி உரிமையாக்கிக்கொண்டது, காப்புரிமையை வாங்கிக்கொண்டதற்கான தொகையை யாருக்குச் செலுத்தியது, இத்தொகை நியாயமான தொகைதானா என்ற கேள்விகளுக்குச் சரியான பதில் கிடையாது' என்ற அவர், கடந்த ஐம்பதாண்டுகளாகப் பதிப்பாளர்கள் 'பாரதியின் புகழை வைத்துப் பொருள் சேர்த்'திருக்கிறார்கள் என்றும் குற்றஞ் சாட்டினார். மேலும் இன்று செய்யப்பட்டுள்ள பாரதி பாடல் ஒலிப்பதிவுகள் அனைத்தும் 'சட்டவிரோதமானவை *(piracy)*' என்ற கண்டுபிடிப்பையும் அறிவித்தார். பாரதியின் ஆங்கில எழுத்துகளின் காப்புரிமை பற்றியும் அவர் கேள்வி எழுப்பத் தயங்கவில்லை.

சட்டப்படியோ, தார்மீக அடிப்படையிலோ பாரதி எழுத்து களின் காப்புரிமையைப் பாரதி வழியினருக்கு மீட்டளித்தல் சாத்தியமில்லாத நிலையில், இந்த ஆற்றாமையின் வெளிப்பா டாகப் பல்வேறு பாரதி அன்பர்களுக்குச் சட்ட நோட்டீஸ் பறந்தது.

ஏறத்தாழ ஒரு நூற்றாண்டாக யாரும் தேடாமல்போன பாரதியின் *விஜயா* நாளேட்டைக் கண்டெடுத்து, அதிலிருந்து பாரதி எழுத்துகளை நான் தொகுத்துக்கொடுத்து நூலாக்கிய தருணத்தில் காலச்சுவடு பதிப்பகத்திற்கும் ஒரு நோட்டீஸ் வந்தது. விஜய பாரதி எழுதிய *அமரன் கதை* என்ற பாரதி வரலாற்றுக் கதையைப் பற்றிக் 'காலச்சுவடு'வில் மதிப்புரை எழுதியதற்காகப் பத்து லட்சம் ரூபாய் இழப்பீடு கேட்டு ஒரு அறிக்கையை பி.கே. சுந்தர் ராஜன் எனக்கு அனுப்பினார்! 'காலச்சுவடு'விடம் கேட்கப்பட்ட முப்பது லட்ச ரூபாய் இழப்பீடோடு ஒப்பிட்டால் இது மிகச் சிறிய தொகை என்று நான் அமைதியடைந்தேன்! ரா.அ. பத்மநாபன் தொகுத்து வெளியிட்ட *பாரதி கடிதங்கள்* நூலில் தம் மனைவி செல்லம்மாவுக்குப் பாரதி எழுதிய கடிதத்தை இணைத்ததற்காகக் காலச்சுவடு பதிப்பகத்திற்கும் ஒரு நோட்டீஸ் வந்தது.

இதைப் பற்றி மூத்த பாரதி ஆய்வாளர் ரா.அ. பத்மநாபனிடம் பேசியபொழுது அவருக்கும் சில தொந்திரவுகளை அக் குடும்பத்தினர் தந்திருந்ததாகச் சொல்லி என்னைத் தேற்றினார். சீனி. விசுவநாதனுக்கும் இதையொத்த அனுபவம் ஏற்பட்டதாக அறிந்தேன்.

அதுவரையான பாரதி ஆய்வாளர்கள் அனைவரையும் நொள்ளை கூறி விஜய பாரதி *குமுதம் தீராநதி* இதழில் (ஏப்ரல் 2004) அளித்த பேட்டிக்குக் கி.அ. சச்சிதானந்தன் 'சச்சி' என்ற புனைபெயரில் எழுதிய எதிர்வினையில் அடிமடியைப் பிடிக்கும் வகையில் கேட்ட கேள்விக்கு இன்றுவரை விடையில்லை.

பாரதி பாடல் பதிப்புகள் அனைத்துமே பிழை என்று கூறிய விஜய பாரதி தாமே ஒரு சிறந்த பதிப்பை வெளியிடுவதாக அறிவித்து, 2008இல் *பாரதியார் கவிதைகள்: தேசிய கீதங்கள்* என்ற பெயரில், *'Standard Edition of C. Subramania Bharati's Works: Volume 1'* என்ற துணைத் தலைப்புடன் ஒரு நூலை வெளியிட்டார். சுருக்கமாகச் சொல்வதானால், பாரதி பதிப்பியலை ஒரு நூற்றாண்டுக்குப் பின்தள்ளும் முயற்சி இது. மேலும், நூலின் அச்சுப் பதிவுத் தகவல்கள் அடங்கிய பக்கத்தில் (ப. ii) *'any review of this book, must have the permission of the author'* என்று அந்நூலுக்கு மதிப்புரை எழுதுவதற்கும்கூட நூலாசிரியரின் முன்னனுமதியைப் பெற வேண்டும் என்ற

வாசகத்தைப் பொறித்திருந்தார். பாரதி ஆய்வாளர்கள் எவரும் இப்'பதிப்பு'க்கு மதிப்புரை எழுதாததற்கு இந்த எச்சரிக்கை காரணமல்ல என்பது மட்டும் நிச்சயம். 'முதல்' தொகுதி வெளியாகி ஏழாண்டுகளான பின்னரும் அடுத்த தொகுதி(கள்) பற்றி மூச்சில்லை!

பாரதியின் படைப்புகள் நாட்டுடைமையாக வேண்டும் என்ற முடிவு பாரதியின் மனைவி செல்லம்மா, மக்கள் தங்கம்மாள், சகுந்தலா ஆகியோரின் இசைவுடன் மட்டுமல்ல, அவர்களின் வற்புறுத்தலின் பேரிலும்தான் எடுக்கப்பட்டது என்ற ஆதாரமான செய்தியை உணர்ந்திருந்தால் இந்த ரசாபாசங்கள் தவிர்க்கப்பட்டிருக்கலாம். நன்னோக்கமின்மையும் அறியாமையும் ஆபத்தான கலவை ஆகும். பலருடைய கவனத்தைக் கவர்ந்த *அமரன் கதை* நூல் பற்றிய எனது மதிப்புரையின் கடைசி வரிகளை இங்குச் சுட்டுவது பொருத்தமாக இருக்கும்: 'பாரதியின் உயிரியல் வாரிசுகள் அறிவுலக வாரிசுகளாக இருக்க வேண்டிய கட்டாயம் இல்லை'.

~

இந்தப் பின்னணியில் பாரதி நூல்களின் நாட்டுடைமையாக்கம் பற்றி ஆராய வேண்டும் என்ற எண்ணம் முகிழ்த்தது. இதுபற்றி இதுவரை வெளிவந்துள்ள எழுத்துகள் எவ்வகையிலும் முழுமையுடையனவல்ல என்பதை நன்குணர்ந்திருந்தேன். மிகக் குறைவான தகவல்களின் அடிப்படையில் மேம்போக்காகவும் ஒருபக்கச் சார்பாகவும் எழுதப்பட்டவையே அதிகம் என்பதை அறியப் பெரிய ஆராய்ச்சி தேவையில்லை. இவற்றுக்கு இடையே எதிரொலி விசுவநாதனின் நூல் சிறிது வேறுபட்டது. 1972இல் அவர் வெளியிட்ட *பாரதிக்கு விடுதலை* என்ற நூலின் பிற்பகுதியில் பாரதி நாட்டுடைமையாக்கத்தைப் பல செய்திகளோடு விவரித்திருக்கிறார். இந்த நூலைப் பிற செய்திகளோடு இணைத்துப் பின்னர் *மக்கள் போற்றும் மகாகவி* என்ற நூலைப் பாரதி நூற்றாண்டையொட்டி (1981) மறுவெளியீடும் செய்திருந்தார். பரலி சு. நெல்லையப்பர், நாரண. துரைக்கண்ணன் ஆகியோரோடு நெருங்கிப் பழகி, அவர்களிருவரைப் பற்றியும் நூல்கள் எழுதியவர் என்ற முறையில் சில முக்கியச் செய்திகள் அந்நூலில் உண்டு. தி.க. சண்முகம் பாரதி விடுதலைக் கழகம் தொடர்பான ஆவணங்களையும் செய்தித்தாள் நறுக்குகளையும் கொண்ட ஒரு பெரிய கோப்பைத் தமக்கு அளித்ததாகவும், இதனையும் நாரண. துரைக்கண்ணன் அளித்த தகவல்களையும் கொண்டே இந்நூலை எழுதியதாகவும் எதிரொலி விசுவநாதன் என்னிடம் தெரிவித்தார்.

நாட்டுடைமையாக்கம் என்பது அரசாங்கச் செயல்பாடு என்ற முறையில் அரசு ஆவணங்களில்லாமல் இதை எழுத முடியாது என்பது வரலாற்றியலின் பாலபாடம். எதிர்பார்த்தபடியே, என் தேடலில் சென்னை அரசாங்கத்தின் பொது, கல்வி, கல்வி – பொதுச் சுகாதாரம் ஆகிய துறைகளின் நடவடிக்கைகளில் பல முக்கிய ஆவணங்கள் தமிழ்நாடு ஆவணக்காப்பகத்தில் கிடைத்தன. பத்தாண்டுகளுக்கு முன்பே இவற்றிலிருந்து செய்திகளைத் திரட்டிவிட்டேன். எழுதக் காலம் வாய்க்கவில்லை.

என்னுடைய வழக்கமான எழுத்துமுறைக்கு மாறாக இந்நூலில் ஏராளமான ஆங்கிலச் சொற்களும் தொடர்களும் மேற்கோள்களும் ஆளப்பட்டிருப்பதைக் காணலாம். சட்டக் கலைச் சொற்கள் இந்நூலின் கருப்பொருளுக்கு இன்றியமையாதவையாதலால் அவை பயிலப்பட்டுள்ளன. சென்னை அரசாங்கத்தின் நடவடிக்கைகள் முழுதும் ஆங்கிலத்திலேயே அமைந்திருந்தன. பாரதி காப்புரிமை தொடர்பான பரிசீலனைகளும் கருத்துரைகளும் முடிவுகளும் எவ்வாறு செய்யப்பட்டனவோ அவ்வாறே வாசகர் அறிந்துணரும்பொருட்டு ஆங்கில மூலங்களை அப்படியே அடைப்புக்குறிக்குள் அளித்துள்ளேன். அன்றைய சூழலைப் புரிந்துகொண்டு வரலாற்றுணர்வைப் பெறுவதற்கு இது துணை செய்யும் என்பது என் நம்பிக்கை. மேலும், மேற்கோள்களில் பல சந்திப் பிழைகளும் எழுத்துப் பிழைகளும் இருக்கக் காணலாம். அவை மூலத்திலுள்ளவை என்று கொள்க.

எந்த ஆதாரங்களின் அடிப்படையில் என் வாதத்தை முன்வைத்துள்ளேன் என்பதை வாசகர்கள் அறிந்துகொள்ளும் பொருட்டு நான் பயன்படுத்திய முக்கிய ஆவணங்கள் சிலவற்றைப் பிற்சேர்க்கையாக வழங்கியுள்ளேன். இனிவரும் ஆய்வாளர்களுக்கும் இவை பயன்படும்.

2006 ஜனவரியில் கொல்கத்தாவின் ஜாதவ்பூர் பல்கலைக்கழக ஆங்கிலத் துறையின் சார்பாக அச்சுப் பண்பாடு பற்றிய ஒரு பன்னாட்டுக் கருத்தரங்கத்திற்கு அழைக்கப்பட்டேன். அதை முன்னிட்டுப் பாரதியின் நாட்டுடைமையாக்கம் பற்றி ஓர் ஆய்வுரையை எழுதி வாசித்தேன். எழுத்தாளர்களின் பதிப்புரிமையை அரசாங்கமே கையகப்படுத்திப் பொதுவுடைமையாக்குவதை முற்றிலும் புதுமையான ஒரு நிகழ்வுப்போக்காக ஆய்வுலகம் பார்த்தது. இதைத் தொடர்ந்து கேம்பிரிட்ஜ், ஹார்வர்டு, ஹாலெ, திருநெல்வேலி, சென்னை முதலான பல்கலைக்கழகங்களில் இக்கட்டுரையினைக் கையளித்தேன். இதன் வேறுவேறு வடிவங்களை டொராண்டோ பல்கலைக்கழகத்தில் கிறிஸ்தபர் ஒண்டாச்சி சொற்பொழிவாகவும் (2010), கொல்கத்தா

இந்திய தேசிய நூலகத்தில் பி.எஸ். கேசவன் நூற்றாண்டு விழாப் பொழிவாகவும் (2011) நிகழ்த்தினேன். டொராண்டோ பல்கலைக்கழகத்தில் என்னை உரையாற்ற அழைத்தவர் பேராசிரியர் செல்வா கனகநாயகம். அவரது அகால மறைவு உலகளாவிய தமிழாய்வுக்குப் பேரிழப்பு என நினைக்க மனம் அலமருகிறது.

காலச்சுவடு தொடங்கிய காலத்திலிருந்து பதிப்புத் துறை தொடர்பான பல்வேறு செய்திகளைக் 'காலச்சுவடு' கண்ணனோடு விவாதித்து வந்திருக்கிறேன். பதிப்புரிமை பற்றிய கருத்தாக்கங்களும் தமிழ்ச் சூழலில் அதன் நடைமுறைகளும் அவ்விவாதங்களில் அடங்கும். ஆங்கிலக் கட்டுரையை வாசித்த கண்ணன் அதனைத் தமிழில் தரவேண்டும் என்று வற்புறுத்தி வந்தார். அதனை மிக விரிவாக்கி நூலாக்குவதற்கான காலம் இப்போதுதான் கூடிவந்துள்ளது.

இந்நூலை எழுதுவதற்கான அரசாங்க ஆவணங்களைத் தமிழ்நாடு ஆவணக்காப்பகத்தில் பார்வையிட்டேன். அதற்கு அனுமதி நல்கிய அதன் ஆணையருக்கு என் முதல் நன்றி உரியது.

பாரதி நூல் வெளியீட்டுக் குழுவின் கூட்ட நடவடிக்கைக் குறிப்பேடு *(minutes book)* வேறொரு தேடுதலின்பொழுது தமிழ் வளர்ச்சிக் கழக அலுவலகத்தில் எதிர்பாராமல் தட்டுப்பட்டது. இந்த ஆவணமும் நூல் சிறக்க உதவியுள்ளது. திரு. மா. மதியழகனுக்கு இதன்பொருட்டு நன்றி செலுத்துகிறேன்.

தீம்தரிகிட இதழில் வெளியான அறந்தை நாராயணனின் கட்டுரையைக் கேட்ட உடனே படியெடுத்துக்கொடுத்தவர் ஞாநி. *குமுதம் தீராநதி*யிலிருந்து சில செய்திகளை எடுத்துத் தந்தவர் தளவாய் சுந்தரம். உரிய நேரத்தில் சில குறிப்புகளைத் தந்து உதவியவர் கவிஞர் இளமாறன். அ.வெ.ர. கிருஷ்ணசாமி ரெட்டியாரின் படத்தையும் வாழ்க்கைக் குறிப்பையும் பெற்றுத் தந்தவர் திரு. புது. சீனிவாசன்.

பாரதியின் தம்பி சி. விஸ்வநாத ஐயரோடு அவரது இறுதிக் காலத்தில் நெருங்கிய உறவு கொண்டிருந்த பாரதி ஆய்வாளர் சீனி. விசுவநாதன் அவர்கள் சில செய்திகளைத் தெளிவுபடுத்தி உதவினார்.

இந்நூல் எழுதுவது தொடர்பாக வழக்கம் போல் பல்வேறு வழியில் உதவிய பழ. அதியமான், பா. மதிவாணன், ய. மணிகண்டன் ஆகியோர் நூலின் கரட்டு வடிவத்தை மேற்பார்த்து, அதனை

மெருகேற்ற உதவினர். கண்ணனின் கருத்துரை சில நுட்பங்களைச் சேர்த்தது. கடைசி மெய்ப்பைப் பார்த்துத் தந்தவர் அரவிந்தன்.

மிகப் பொறுப்பாகவும் செம்மையாகவும் இந்நூலை அச்சியற்றியவர் திருமதி பா. கலா முருகன்.

மனோன்மணியம் சுந்தரனார் பல்கலைக்கழகத்தில் என் ஆசிரியப் பணி தொடங்கியது. அதன் வரலாற்றுத் துறையில் விரிவுரையாளராக என்னை அமர்த்தியவர் அதன் துணைவேந்தராக விளங்கிய முனைவர் வே. வசந்தி தேவி. அறமும் திறமும் கல்விக்கு இன்றியமையாதன என நம்பும் இவர், முற்றும் மாசடைந்துள்ள தமிழக உயர் கல்விச் சூழலில் ஓர் அரிய விதிவிலக்கு. அவருக்கு இந்நூலைக் காணிக்கையாக்குவதில் பெரும் மனநிறைவு கொள்கிறேன்.

சென்னை
ஏப்ரல் 2015

சலபதி

பாரதி: கவிஞனும் காப்புரிமையும்
பாரதி படைப்புகள் நாட்டுடைமையான வரலாறு

ஸ்ரீமான் சுப்பிரமணிய பாரதியாருக்குத் தமிழ்நாட்டில் நிகரற்றுயர்ந்த கீர்த்தி ஏற்பட்டிருக்கிறது. இவர் நூல்களை வாங்காமல் ஜனங்கள் யாருடைய நூல்களை வாங்கப்போகிறார்கள்? [இவருடைய நூல்கள்] தமிழ்நாட்டில் மண்ணெண்ணெய் தீப்பெட்டிகளைக் காட்டிலும் அதிக ஸாதாரணமாகவும், அதிக விரைவாகவும் விலைப்பட்டுப்போகுமென்பதில் சிறிதேனும் ஸந்தேஹத்துக்கிடமில்லை.

பாரதி, 'தமிழ் வளர்ப்பு: ஒரு வேண்டுகோள்' (1920)

'பாரதியின் பாடல்களும் இலக்கியங்களும் தமிழ்நாட்டின் பொதுச் சொத்து, தனிமனிதர்களுக்கு இதில் எவ்வித உரிமையுமில்லை' என்று ஏன் சென்னை சர்க்கார் ஒரு பிரகடனம் வெளியிடக் கூடாது? அமரகவிக்கு சுதந்திர சர்க்கார் இதைவிட வேறெந்த வகையில் அன்பு செலுத்த முடியும்?

நாடு விடுதலை பெற்றது; நாட்டு விடுதலைக்குப் பாடிய மகாகவி பாரதிக்கு அவர் பூதவுடல் நீத்த இருபத்தைந்து ஆண்டுகளுக்குப் பின்னும் விடுதலை இல்லையா?

டி.கே.எஸ். சகோதரர்கள், 'பாரதிக்கு விடுதலை வேண்டும்!' (1948)

தமிழ் நவீன மறுமலர்ச்சியின் மகாகவியான ஸ்ரீ சி. சுப்பிரமணிய பாரதியின் படைப்புகளை அரசாங்கம் கையகப்படுத்தி, மக்களின் பரவலான பயன்பாட்டுக்கு கூடுமான அளவு மலிவு விலையில் அளிக்க வேண்டும் என்ற பொதுஜன உணர்வு தமிழ்நாட்டில் நிலவுகிறது.

சட்டமன்றத்தில் கல்வி அமைச்சர் தி.சு. அவினாசிலிங்கம் (12.3.1949)

இதுகாறும் சில தனிநபர்களின் கையிலும், பின்னர் தலைமைச் செயலகத்தின் நான்கு சுவர்களுக்குள்ளும் சிறைப்பட்டிருந்த பாரதி பாடல்களின் அனைத்து உரிமைகளையும் விடுவித்து, பொதுமக்கள் அனைவரும் அவற்றைப் பயன்படுத்தும்வண்ணம் ஓர் அரசாணையைச் சென்னை அரசாங்கம் வெளியிடும்.

சட்டமன்றத்தில் நிதி அமைச்சர் சி. சுப்பிரமணியம் (14.3.1955)

1

படைப்பும் பதிப்புரிமையும்

'பதிப்புரிமை' என்பது 'copyright' என்பதற்கு ஈடான தமிழ்ச் சொல். இது ஒரு புதிய கலைச் சொல்லாக்கம் என்பதைச் சொல்ல வேண்டிய தில்லை. வள்ளுவன், இளங்கோ, கம்பன், அவ்வை முதலான பண்டைக்கவிஞர் எவர்க்கும், இச்சொல்லின் பொருண்மை பிடிபடாது. ஒரு எழுத்துப் படைப்பை உருவாக்கியவர்க்கு அப்படைப்பை வெளியிடவும் (வெளியிடாதிருக்கவும்) விநியோகிக்கவும் மறுஆக்கம் செய்யவும் உள்ள தனியுரிமையே பதிப்புரிமை எனப்படும். ஒரு பிரதியை வேறு மொழிகளில் பெயர்க்கும் உரிமையும் இதில் அடங்கும். இசை, ஓவியம் முதலான கலைப் படைப்புகளுக்கும் இது பொருந்துமாயினும், இந்நூலில் எழுத்திலக்கியம் மட்டுமே எடுத்துக்கொள்ளப்பட்டுள்ளது.

அச்சு என்ற, ஒரே சீரான முறையில் ஒரு பிரதியைப் பலவாகப் படியெடுக்கும் தொழில்நுட்பம் உருவாகிச் செழிக்கும் சூழ்நிலையிலேயே பதிப்புரிமை என்ற கருத்தாக்கம் தோன்ற முடியும் என்பது இதிலிருந்து பெறப்படும். பல நூற்றுக்கணக்கான படிகளாக ஒரு எழுத்துப் பனுவலை நுகரும் சமுதாயம், அதைப் பரப்பும் சந்தை, அத்தகைய சந்தை செயல்படக்கூடிய ஒரு நவீன சமூகம், இத்தகைய உரிமையைச் சட்டபூர்வமாக உறுதிப்படுத்தி நடைமுறைப்படுத்தக்கூடிய அதிகார பலம் கொண்ட ஓர் அரசு எனப் பல முன்னிபந்தனைகள் பதிப்புரிமை செயல்படுவதற்கு இன்றியமையாதவை. சந்தையின் அளவு – அதாவது அச்சிட்ட படிகள் என்ற பண்டத்தை விலை கொடுத்து வாங்கக்கூடிய

ஒரு நுகரும் கூட்டம் – என்பதே பதிப்புரிமையின் அன்றாடப் பொருத்தப்பாட்டைத் தீர்மானிக்கின்றது. தமிழ்ப் பதிப்புலகம் போன்ற சிறிய சந்தையில் பதிப்புரிமை என்பது பெரிதும் பணம் சாராததாக, அதிகமும் கௌரவம் சார்ந்ததாகவே (சில விதிவிலக்குகள் நீங்கலாக) உள்ளது.

ஒரு புத்தகச் சந்தை விரிவு பெறும்பொழுது ஒரு படைப்பாளர் தம் படைப்பை மறுபிரதியாக்கம் செய்யும் உரிமையை – அதாவது அச்சிட்டு விநியோகிக்கும் உரிமையை – புத்தக வெளியீட்டாளர் என்ற ஒரு நிறுவனத்திற்கு அளித்து விலையின் ஒரு பகுதியை அரையம் *(royalty)* ஆகப் பெற்றுக்கொள்கிறார். இந்தப் பதிப்புரிமை வாரிசு உரிமை என்ற வழியில், படைப்பாளர் மறைந்த பின்பு ஒரு குறிப்பிட்ட காலம் வரை அவருடைய மரபுரிமையர்க்கு உரிய சொத்துரிமையாக அமைகின்றது. சொத்துரிமை என்னும்பொழுது இவ்வுரிமை வாங்குவதற்கும் விற்பதற்குமுரிய பண்டமாகவும் ஆகிவிடுகின்றது. ஒருவர் தம் எழுத்தை மற்றவர்க்கு விற்கவோ, உரிமையைக் கைமாற்றித் தரவோ செய்யலாம். அதன் பிறகு அவருக்கு அவ்வெழுத்தாக்கத்தின்மீது எந்தப் பொருளாதார உரிமையும் இல்லை. ஆனால், அதைத் தமது சொந்தப் படைப்பு என முழு உரிமை கொண்டாட சட்டம் அனுமதிக்கிறது. அதனை வேறொருவர் (அதன் பதிப்புரிமையை வாங்கியவராகவே இருந்தாலும்கூட) தம் பெயரில் வெளியிட்டால் படைப்பாளி அவர்மீது சட்ட நடவடிக்கை எடுக்கலாம். மேலும், அப்படைப்பைச் சிதைக்கவோ, திரிக்கவோ எவருக்கும் உரிமை இல்லை. இவை தார்மீக உரிமைகள் *(moral rights)* எனப்படும்.

பதினேழாம் நூற்றாண்டு முதல் பதிப்புரிமையைப் பல்வேறு அரசாங்கங்கள் உறுதி செய்துவந்துள்ளன. பதிப்புரிமையின் அடிப்படைகள் ஒன்றாக இருந்தாலும் வெவ்வேறு நாடுகள் தத்தமக்குரியவகையில் பதிப்புரிமையை வரையறுக்கும் சட்டங்களையும், அவற்றைச் செயல்படுத்தும் நடைமுறைகளையும் கொண்டுள்ளன.

தேச எல்லை கடந்தும்கூடப் பதிப்புரிமையைக் காப்பாற்றும் மரபு இருந்துவந்துள்ளது. 1886இல் உருவான *Berne Convention* என்ற பன்னாட்டு ஒப்பந்தம் இறையாண்மையுடைய நாடுகளுக்கிடையே அதன் குடிமக்களின் பதிப்புரிமையை உறுதி செய்கின்றது. அச்சு வடிவுக்கு அப்பாற்பட்ட, எண்ணியம் *(digital)* முதலான புதியபுதிய மறுபிரதியாக்கத் தொழில்நுட்பங்கள் பெருகிவரும் நிலையில் பதிப்புரிமை என்பதன் பொருளும் விரிந்துவிட்டது. உலகமயமாக்கம் பண்புரீதியான மாற்றம் பெற்றுத் தவிர்க்கவியலாத ஓர் அசைவியக்கமாகியுள்ள சூழலில் அறிவுசார் சொத்துரிமை

(intellectual property rights) என்ற பெயரில் பதிப்புரிமை மிக முக்கியமானதொரு சொத்துரிமையாக நிலைபெற்றுள்ளது. பதிப்புரிமையின் விரிந்த பொருண்மையைச் சொல்லுக்குள் அடக்கும்முகமாகக் 'காப்புரிமை' என்பதும் அண்மைக் காலத்தில் தமிழில் வழங்கிவருகிறது. இந்நூலில் 'பதிப்புரிமை', 'காப்புரிமை' ஆகிய இரண்டும் ஒரே பொருளில் ஆளப்பட்டுள்ளன.

இந்தியாவைப் பொறுத்த அளவில், பிரிட்டிஷ் பதிப்புரிமைச் சட்டங்களே பின்பற்றப்பட்டுவந்தன. 1911ஆம் ஆண்டின் பிரிட்டிஷ் சட்டத்தை அடியொற்றி இந்தியக் காலனிய அரசு 1914இல் ஒரு சட்டத்தை இயற்றியது. சுதந்திர இந்தியாவில், 1957இல் புதிய பதிப்புரிமைச் சட்டம் நிறைவேற்றப்பட்டது. பலமுறை திருத்தப்பட்ட இச்சட்டம், புதிய தொழில்நுட்ப மாற்றங்களையும் உலகமயமாக்கச் சூழல்களையும் கருத்தில் கொண்டு 2012இல் கடைசியாகத் திருத்தப்பெற்றது.

தமிழ்ச் சூழலில் பதிப்புரிமை

காலனியப் பின்புலத்தில் நவீனமயமான தமிழகம் போன்றதொரு சமூகத்தில் பதிப்புரிமை என்பதன் தொழிற்பாடு தனித்தன்மை வாய்ந்ததாக இருந்துவருகிறது. புரவலரை நம்பிப் படைப்புகளை உருவாக்கும் ஓர் இலக்கிய உற்பத்திச் சூழலில் பதிப்புரிமை என்ற அயல் கருத்தாக்கம் எழுத்துலகினரால் சரிவர உள்வாங்கப்படாததில் எந்த வியப்புமில்லை. இன்றுவரையும்கூடப் பதிப்புரிமை பற்றிய அறியாமையும் பிழையான புரிதலும் தமிழ் எழுத்தாளர்களிடமும் பதிப்புத் துறை சார்ந்தவர்களிடமும் நிலவுவதை மிகச் சாதாரணமாகப் பார்க்க முடியும்.

பத்தொன்பதாம் நூற்றாண்டின் தொடக்கத்தில் பதிப்புரிமை என்ற கோட்பாட்டைக் காலனியச் சென்னை அரசு பின்பற்ற முயன்றபோது கிடைத்த எதிர்வினைகள் இதன் புதுமையைக் காட்டும். மாமடி வெங்கையா என்ற தெலுங்குப் புலவர் தயாரித்த ஓர் அகராதியின் பதிப்புரிமையைச் சென்னை அரசு ஓராயிரம் வராகன் என்ற பெருந்தொகையைக் கொடுத்து வாங்க முன்வந்தது. அந்தப் புலவரோ பணம் வேண்டாம், இறையிலி நிலம் தருக எனக் கேட்டார்! அதே போல், சிதம்பர வாத்தியார் என்ற தமிழ்ப் புலவர் தம் தமையனார் செய்த *மநுவிஞ்ஞானேசுவரியம்: வியவகார காண்டம்* என்ற சமஸ்கிருத நூலின் தமிழாக்கத்துக்கு ஈடாக ஒரு தர்மசத்திரத்தைக் கட்டுவதற்கு இறையிலியாக நிலம் கேட்டார்.[1] பதிப்புரிமை என்ற நவீன கருத்தாக்கத்தையும் புரத்தல் என்ற மரபுவழிப்பட்ட அரசின் கடமையையும் இப்புலவர்கள் குழப்பிக்கொள்வது இங்குப் புலப்படுகின்றது. இன்றும்கூட

ராயல்டி தொகையைச் 'சன்மானம்' என்று குறிப்பிடும் வழக்கம் உள்ளதை இப்பின்னணியில் புரிந்துகொள்ளலாம்.

பதிப்புரிமையின் மதிப்பு அதன் வணிக மதிப்போடு நேரடித் தொடர்புடையது. விற்பனையாகாத நூல்களுக்குப் பதிப்புரிமை கொண்டாடி ஆவதென்ன? மிகக் குறைந்த எண்ணிக்கையிலேயே புத்தகங்கள் அச்சிடப்பட்டு வந்த நிலையில் பதிப்புரிமை குறித்த தகராறுகள் பெரிய அளவில் தமிழ்ப் புத்தக உலகில் நிகழ்ந்ததில்லை. ஆனந்தபோதினி உரிமையாளர் நாகவேடு முனிசாமி முதலியார் சொல்லியது போல்,

> சிலர் இன்னொருவர் புத்தியும் உழைப்பும் செலவழித்துப் பிரசுரம் செய்யும் நூலில் இரண்டொரு விஷயங்களை மாற்றியும் இரண்டொன்றைச் [சேர்த்]தும், காண்போர் அதே நூல்தான் இதுவுமென்று மயங்கும்வண்ணம் தந்திரமாகப் பெயரிட்டு அன்னியர் நூலை யச்சடித்து விற்று இலாபம் சம்பாதிக்கின்றனர்.

> இச்சென்னையில் சிலர் இதையே கஷ்டமில்லாமல், நூலாசிரியனுக்குக் கொடுப்பது முதலிய செலவின்றி பணம் சம்பாதிக்கும் மார்க்கமெனக் கருதி [அநியா]யமாகச் செய்துவருகிறார்கள். இவர்களால் நஷ்ட மடைவோர் நியாயத் [தல]த்திற்குச் செல்வதால் நேரிடும் செலவு, தொல்லை முதலியவற்றிற்கஞ்சிப் [போகா] மலிருந்துவிடுவதாலேயே இத்தகைய தொழில் தாராளமாய் இங்கு நடக்கிறது.[2]

எனவே ஓரளவுக்கு விற்பனை மதிப்பு இருந்த நூல்களின் பதிப்புரிமை சார்ந்தே நீதிமன்றம் செல்லும் நிலை இருந்திருக்கிறது. ஆனந்த போதினி இதழ், பஞ்சாங்கம், ஆரணி குப்புசாமி முதலியாரின் நாவல்கள் ஆகியவற்றின் விற்பனை மூலமாகக் கணிசமாகப் பொருளீட்டிய நாகவேடு முனிசாமி முதலியார் ஒன்றுக்கு மேற்பட்ட முறை விதிவிலக்காகத் தம் பதிப்புரிமையை நிலைநாட்ட நீதிமன்றப் படியேறியிருக்கிறார். சென்னை, வேப்பேரி, சுந்தர விலாசம் அச்சுக்கூட முதலாளி பி.டி. மாசிலாமணி முதலியார் ஆனந்த போதினி பஞ்சாங்கத்தைத் தழுவி வெளியிட்ட பஞ்சாங்கம் தம் பதிப்புரிமையை 1914ஆம் ஆண்டு இந்தியப் பதிப்புரிமைச் சட்டப்படி மீறிவிட்டது என்று சென்னை ஜார்ஜ் டவுன் மாகாண மாஜிஸ்டிரேட் நீதிமன்றத்தில் 1922இல் வழக்குத் தொடர்ந்து, அதில் வெல்லவும் செய்தார் நாகவேடு முனிசாமி முதலியார். மாசிலாமணி முதலியாருக்கு 20 ரூபாய் அபராதம் விதிக்கப்பட்டிருக்கிறது. அபராதம் கட்டாவிட்டால் எட்டு நாள்

சிறை என்பது நீதிமன்ற உத்தரவு. மாசிலாமணி முதலியார் அபராதம் கட்டினாரா, சிறை சென்றாரா என்று தெரியவில்லை.[3]

பல்லாயிரக்கணக்கில் விற்பனையான *ஆனந்த போதினி* மாத இதழின் பெயரைத் தழுவி தி. இராஜகோபால் முதலியார், எஸ்.ஜி. இராமாநுஜலு நாயுடுவை ஆசிரியராகக் கொண்டு *ஆநந்த குணபோதினி* என்ற பெயரில் ஓரிதழைத் தொடங்கியபோது அவர்மீதும் நாகவேடு முனிசாமி முதலியார் வழக்குத் தொடர்ந்திருக்கிறார். இதன் விளைவாக அவ்விதழ் *அமிர்த குணபோதினி* என்று பெயர் மாற்றம் பெற்றது.[4]

காலணாவுக்கும் அரையணாவுக்கும் குஜிலி மார்க்கெட்டில் வெளியிட்ட பாடல் நூல்களுக்கான பதிப்புரிமையை நீதிமன்றம் ஏறி நிலைநாட்ட முடியாதவர்கள் வேறு வழிகளை நாடினர். 'ஆங்காரப் படுகொலை அலங்காரச் சிந்து' நூலாசிரியர், 'இப்புஸ்தகத்தை வேறு அச்சிடுவோரும், அச்சிடக் கொடுப்போரும், மாற்றி எழுதி அச்சிடுவோரும் எனது புதல்வனென மதிப்பதோடு போத்திரி உண்ணும் ஈனராகவும் கருதப்பட்டு கையாலாகாத லேஜி என்றும் எண்ணப்படும்' என்றார். 'கிறாமபோன் சங்கீதத் திரட்டை' வெளியிட்டவரோ 'அந்நீதமாகவென் கூத்தி பெற்ற பாலன் கூசாமலதனைத்தான் பார்த்திருந்தச்சிட்டான்' என்று வெண்பா வடிவில் அச்சுறுத்தினார். மேலும் சிலர், தம் பதிப்புரிமையை மீறுவோரை 'முன்நூறு பேர் சேர்ந்து மூதாரி முண்டை' பெற்றவர் என்றும், 'பர்ப்பலர் தழுவும் வேசை மகன்' எனவும் கண்டித்துள்ளனர்.[5]

நவீனத் தமிழ் இலக்கியத்தைப் பொறுத்தவரை புதுமைப்பித்தன் தம் நூல்களின் பதிப்புரிமையை இக்கட்டான தருணங்களில் குறைந்த விலைக்கு விற்றதை நாம் அறிவோம். *மலரும் மணமும்* என்ற தம் சிறுகதைத் தொகுப்புக்கு பி.எஸ். ராமையா 1944இல் எழுதிய முன்னுரை அக்கால இலக்கிய எழுத்தாளர்களின் பதிப்புரிமைக்கு இருந்த பொருளாதார மதிப்பைக் காட்டுவதாக அமைந்துள்ளது.

> இந்தக் கதைகளை எழுதும் ஆசிரியர்களுக்குக் கிடைப்பதென்ன? அச்சில் சுமார் இருநூறு பக்கம் வரக்கூடிய பனிரெண்டு அல்லது பதினைந்து கதைகள் அடங்கிய ஒரு தொகுப்புக்கு, பிரசுரகர்த்தர்கள் ஆசிரியருக்கு நூற்றுஅறுபது ருபாய் கொடுப்பார்கள். அதோடு அந்தக் கதைகளின் உரிமைகள் எல்லாம் பரம்பரை பாத்தியமாகப் பிரசுரிப்பவருக்குச் சொந்தமாகிவிடும். பிள்ளைகளைப் பெற்றுப் பசிக் கொடுமையால் பிறருக்கு அடிமைகளாக

விற்றுவிடுவதுபோலக் கொடுத்துவிட்டு ஆசிரியர்கள் ஏங்கிக்கொண்டிருக்க வேண்டியதுதான்.[6]

இதே காலகட்டத்தில் வெளியான வெகுசனப் பத்திரிகைகளில் எழுதியவர்கள் நிலை சற்று வேறாக இருந்தது. கல்கி, தேவன் ஆகியோர்க்குத் தாராளமாகச் சம்பளமும் காரும் வாங்கிக் கொடுத்தாலும் ஆனந்த விகடன் முதலாளி எஸ்.எஸ். வாசன், அவர்கள் *விகடனில்* சம்பளத்திற்காகப் பணியாற்றியபொழுது எழுதிய படைப்புகளின் பதிப்புரிமையைத் தம்மிடமே தக்கவைத்துக் கொண்டு அவற்றை நூலாக்க அனுமதி மறுத்துவந்தார். 1941இல் வாசனோடு முரண்பட்டு, ஆனந்த விகடனிலிருந்து விலகி, *கல்கி* இதழைத் தொடங்கிய பின், விகடனில் வெளியான படைப்புகளைக் கல்கியால் நூலாக்க முடியவில்லை. 1954இல் அவர் அகால மரணமடைந்த பிறகே வாசன் அவ்வுரிமையைப் 'பெருந்தன்'மையோடு விட்டுக்கொடுத்தார். அவ்வாறே, தம்முடைய *விகடன்* தொடர்கதைகள் நூலாகவில்லை என்ற மனக்குறையோடுதான் 'தேவன்' காலமானார். அகிலன் இது தொடர்பாக வாசனிடம் உரிமைப் போராட்டம் நடத்திய பிறகே, பரிசுப் போட்டிகளில் வென்ற கதைகளின் பதிப்புரிமையை ஆனந்த விகடன் எழுத்தாளர்களுக்கே விட்டுக்கொடுக்கத் தொடங்கியது.[7]

அதிக அறிமுகமில்லாத கல்லூரித் தமிழாசிரியராக மு. வரதராசன் இருந்தபோது அவரைக் கொண்டு திருக்குறள் தெளிவுரையினை எழுதுவித்து அதன் முழுப் பதிப்புரிமையைச் சைவ சித்தாந்த நூற்பதிப்புக் கழகம் பெற்றுக்கொண்டிருந்தது. தம் தெளிவுரை பல லட்சம் படிகள் விற்பனையாகும் என்று மு.வ. எதிர்பார்க்கக் காரணமில்லை. இது பற்றி அவருக்கும் கழகத்திற்கும் மனத்தாங்கல் ஏற்பட, சில சான்றோர்களின் இடையீட்டினால் மு.வ. தெளிவுரையின் விற்பனையிலிருந்து ஒரு தொகை சென்னை ஷெனாய் நகரிலுள்ள திரு.வி.க. மேல்நிலைப் பள்ளியின் வளர்ச்சிக்கு வழங்கப்படும் என ஓர் உடன்பாடு ஏற்பட்டதாக அறிய முடிகிறது. சூடு கண்ட பூனையான மு.வ. அதன் பிறகு தம் வாழ்நாள் முழுவதும் தாம் எழுதிய எந்த நூலின் பதிப்புரிமையையும் விற்கவில்லை என்பதோடு, தம் நூல்களை வெளிப் பதிப்பகங்கள்வழி வெளியிடவுமில்லை. தம் நூல்களைத் தம் சொந்தச் செலவில் காக்ஸ்டன் அச்சகத்தில் அச்சிட்டு, பாரி நிலையத்திற்கு அவற்றின் விற்பனை உரிமையை அளிக்கும் ஏற்பாட்டைச் செய்தார். (மு.வ. குடும்பத்தினரும் அவர் வழியைப் பின்பற்றிவருகின்றனர். தி.மு.க. அரசு மு.வ. குடும்பத்தின் அனுமதியைப் பெறாமலேயே அவர் படைப்புகளை

நாட்டுடைமையாக்குவதாக அறிவித்தபோது அவர்கள் அதனை மறுதலித்தனர்.)

இந்தப் பின்புலத்தில் பாரதி படைப்புகள் நாட்டுடைமையான வரலாற்றைக் காண வேண்டும். 1949ஆம் ஆண்டில் பாரதி எழுத்துகளின் பதிப்புரிமையைச் சென்னை அரசாங்கம் விலைக்கு வாங்கிச் சில ஆண்டுகள் கழித்து அவ்வுரிமையினைக் கைவிட்டதன்மூலம் அவ்வுரிமையை அனைத்து மக்களுக்கும் சொந்தமாக்கியது. ஓர் எழுத்தாளரின் படைப்புகளின் பதிப்புரிமையை ஓர் அரசாங்கம் வாங்குவதும், பின்பு பொதுச் சொத்தாக அறிவிப்பதும் அதுவரை வரலாறு காணாததாகும். உலக அளவிலோ, இந்திய அளவிலோகூட இதற்கு முன்னுதாரணங்களோ, பின்னுதாரணங்களோ இல்லை. காந்தி, பிரேம்சந்த், நேரு என எவர் படைப்புக்கும் இந்தச் சிறப்புநிலை கிடைக்கவில்லை. பிரேம்சந்த் மறைந்து ஐம்பதாண்டுகள் கழித்தே அவருடைய பதிப்புரிமை தீர்ந்தது. காந்தி மறைந்து அறுபதாண்டுகளான பின்பு, 2009ஆம் ஆண்டிலிருந்துதான் அவ்வுரிமை நவஜீவன் அறக்கட்டளையிடமிருந்து பொதுக்களத்திற்கு வந்தது. நேரு பதிப்புரிமை இன்னும் பத்தாண்டுகளுக்கு சோனியா காந்தியிடம் இருக்கும். தாகூரின் பதிப்புரிமை 1991இல் தீரவிருந்த நிலையில் இந்திய அரசு ஓர் அவசரச் சட்டத்தின்மூலம் விசுவபாரதிக்கு இருந்த உரிமையை மேலும் பத்தாண்டுகளுக்கு நீட்டித்தது.

இந்தப் பின்னணியில் பாட்டுத் திறத்தாலே இவ்வையத்தைப் பாலித்திட விழைந்த சி.சுப்பிரமணிய பாரதியின் (1882 – 1921) பதிப்புரிமை தமிழ் மக்களின்–உலக மக்களின்–பொது உரிமையாக, உடைமையாக மாறிய வரலாற்றை மீட்டுருவாக்கும் முயற்சி இந்நூல். அதன் முதல் படியாகப் பாரதி நூல்களின் பதிப்பு வரலாற்றை அறிந்துகொள்வது இன்றியமையாதது.

பாரதி நூல்கள்: பதிப்பு வரலாறு

பாரதி மறைந்தபொழுது அவனுக்கு 39 வயது நிறையவில்லை. இறுதி ஊர்வலத்தில் கலந்துகொண்டவர்களின் எண்ணிக்கை கைவிரலில் அடங்கும். அவனுடைய வாழ்நாளில் வெளிவந்த புத்தகங்கள் – சிறிதும் பெரிதுமாக, நான்கு பக்கம் முதல் சற்றுப் பெரிய *பாரத ஜன சபை* என்ற காங்கிரஸ் மகாசபை வரலாற்றின் மொழிபெயர்ப்பு நூலாகச் சில நூறு பக்கங்கள் என – இருபதுகூட இருக்காது. (பாரதியின் முப்பெரும் படைப்புகள் எனப்படும் *கண்ணன் பாட்டு, பாஞ்சாலி சபதம், குயில்* ஆகியவற்றின் செம்பாகம் அவனுடைய வாழ்நாளில் அச்சுவாகனம் ஏறவில்லை என்ற ஒரு செய்தியே நிலைமையை நன்கு விளக்கும்.) வெளிவந்த

நூல்களிலும் சிலவே அவனுடைய வாழ்நாளில் மறுபதிப்பாயின. அவற்றின் விலையும் மிகக் குறைவு – *பாரத ஜன சபை* மொழிபெயர்ப்பைத் தவிர எல்லாம் ஓரணா, இரண்டணா விலைக்கே விற்பனையாயின. சுருக்கமாகச் சொல்வதானால், 'நமக்குத் தொழில் கவிதை' என்று முழங்கிய பாரதி தன் எழுத்தின் மூலம் பெற்ற வருவாய் மிகச் சொற்பம்.[8]

இந்த நிலை பாரதியின் மறைவுக்குப் பின் பெருமளவு மாறத் தொடங்கியது. இந்திய தேசிய இயக்கம் வெகுசன இயக்கமாக மாறத் தொடங்கிய காலகட்டத்தில் பாரதியின் தேசபக்திப் பாடல்கள் தேசிய சங்கநாதமாக, ஏகாதிபத்திய எதிர்ப்புப் போர்க்குரலாக விளங்கின. சைமன் குழுப் புறக்கணிப்பின் பொழுதும், சட்ட மறுப்பு இயக்கம், உப்பு சத்தியாகிரகம் போன்ற போராட்டங்களிலும் பாரதியின் பாடல்கள் உணர்ச்சியூட்டவும், தொண்டர்களை அணிதிரட்டவும் பயன்பட்டன. 1928இல் பர்மா அரசாங்கம் பாரதியின் பாடல்களைத் தடை செய்ய, அவ்வாணையைச் சென்னை மாகாண அரசு மறுஅறிவிக்கை செய்ததால் தமிழகத்திலும் பாரதி பாடல்களுக்குத் தடை ஏற்பட்டது. இதற்குக் கிளர்ந்த எதிர்ப்பும், சட்டமன்றத்தில் நிகழ்ந்த அனல் பறக்கும் விவாதங்களும் பாரதிக்குக் கிடைத்திருந்த புதிய மதிப்பைக் காட்டியதோடு அவனுடைய எழுத்துகளுக்கு மேலும் பரவலான கவனத்தையும் ஈர்ப்பையும் ஏற்படுத்தின.

இதே காலகட்டத்தில் தமிழ் இலக்கிய உலகிற்கும் இதழியல் உலகிற்கும் பாரதி ஓர் பெரிய உந்தாற்றலாக விளங்கினான். தமிழ்ப் பண்பாட்டுலகில் இலக்கியத்தின் நவீனமயமாக்கத்திற்குப் பாரதியின் எழுத்துகள் ஊற்றுக்கண்ணாகவும், உரமாகவும் விளங்கின. *மணிக்கொடியும்* (1933) *தினமணியும்* (1934) பாரதி நாளான 11 செப்டம்பரிலேயே தொடங்கப்பட்டன. *காந்தி, சுதந்திரச் சங்கு, மணிக்கொடி, ஜெயபாரதி* முதலான இதழ்களில் பாரதியின் தாக்கத்தைத் துலக்கமாகவே காண முடியும். *சுதந்திரச் சங்கு, மணிக்கொடி* முதலான பெயர்களும்கூடப் பாரதி பாடல்களிலிருந்து பெறப்பட்டவையே. 1930களில் *பாரதி* என்றே ஒரு மாத இதழ் வெளிவந்தது. 'பாரதி' என்ற பின்னொட்டைப் பெற்ற *பாலபாரதி, ஜெயபாரதி* போன்றவை வேறு. இவற்றின் தலைப்பு இலச்சினையிலும்கூடப் பாரதி பாடல் வரிகள் பொறிக்கப்பட்டிருந்தன. பெரியாரின் *குடிஅரசு* வாரஇதழ்கூடப் பல ஆண்டுகள் பாரதி பாடலை முகப்பில் தாங்கி வந்தது. பல காலமாக மறுவெளியீடு செய்யப்படாத, நூலாக்கம் பெறாத பாரதியின் பாடல்கள் இவற்றில் மறுபிரசுரம் பெற்றன. கனக சுப்புரத்தினம் பாரதிதாசன் என்ற பெயரில் பெருங் கவிஞராக எழுச்சி பெற்றார். ச.து.சு. யோகி 'பாலபாரதி'

என்ற புனைபெயரைச் சூடிக்கொண்டார். அன்று தொடங்கிய 'பாரதி' என்ற ஒட்டைச் சேர்த்துப் புனைபெயராக்கிக்கொள்ளும் வழக்கம் இன்றுவரை தொடர்கிறது.

1930களின் இடைப்பகுதியில் 'பாரதி மகாகவியா' என்ற விவாதம் தமிழ் இலக்கிய உலகில் பெரியதாக வெடித்தது. தமிழ்ச் சமூகத்தின் முக்கிய அறிவாளர்கள் பங்குகொண்ட இவ்விவாதத்தினூடே பாரதியின் பன்முக ஆளுமையும், படைப்புச் சாதனைகளும், தமிழ்ப் பண்பாட்டுலகின் பல்வேறு தளங்களில் அவனுடைய தாக்கமும் உறுதிப்பட்டன.[9] தமிழில் அருகியே காணப்பட்ட வாழ்க்கைவரலாறு என்னும் வகைமைக்கும் பாரதி பொருளானான். 1930களில் வெளியான எழுத்துகளை மேலோட்டமாகப் படித்தாலும்கூட எந்த அளவுக்குப் பாரதியின் எழுத்துகள் மேற்கோளாகவும், ஆதாரமாகவும், குறிப்புப் பொருளாகவும் ஆளப்பட்டிருக்கின்றன என்பதைக் காண முடியும்.

தமிழ்ச் சமூகத்தில் பாரதி பெற்றுவந்த உயர் இடத்தைப் பாரதியின் மறைவுக்குப் பின்பான அவனுடைய நூல்களின் பதிப்பு வரலாறு உறுதிப்படுத்துகிறது. பாரதி மறைந்த ஓராண்டுக்குள்ளேயே அவனுடைய மனைவி செல்லம்மா தமது அண்ணன் கே.ஆர். அப்பாத்துரை ஐயரின் துணையுடன் 'பாரதி ஆச்ரமம்' என்ற வெளியீட்டு நிறுவனத்தைப் பாரதியின் படைப்புகளை வெளியிடுவதற்கென்றே தொடங்கினார். பாரதி ஆச்ரமம் 1922இல் வெளியிட்ட *சுதேச கீதங்கள்* (இரண்டு பாகங்கள்) அவற்றின் முன்னுரைகளின் காரணமாக மட்டுமன்றி, பாரதி கவிதைகள் தொகுப்பாக வெளிவந்தது இதுவே முதல்முறை என்பதாலும் முக்கியமானவை. ஆனால் இம்முயற்சி வணிகரீதியான வெற்றியைப் பெறவில்லை. பெரு நட்டம் ஏற்பட்டதாகவே தெரிகிறது. இதன் காரணமாகவோ என்னவோ அண்ணன் தங்கையிடையே பிணக்கு ஏற்பட்டு, பாரதியின் புதுச்சேரி வாழ்க்கையிலும் அதன் பின்பும்கூட உறுதுணையாக இருந்த அப்பாத்துரை விலகினார். செல்லம்மாவின் திருவல்லிக்கேணி வீட்டில் சிப்பங்களாகக் கட்டியிருந்த நூல்களின் கையிருப்பைப் பண்டிட் ஹரிஹர சர்மா என்ற உறவினர் தாம் செயலாளராக இருந்த ஹிந்தி பிரசார சபையின் கட்டடத்திற்கு இடம் மாற்றி, அவற்றை விற்பனை செய்வதற்கும் ஏற்பாடு செய்ததோடு, மாதாமாதம் ஒரு தொகையைச் செல்லம்மாவுக்குத் தருவதாகவும் உறுதியளித்தார். மொத்தப் பதிப்புரிமையை விற்க முனைந்தபொழுது அதிகபட்சமாக 3,000 ரூபாய், அதுவும் பல தவணைகளாகக் கொடுக்க முன்வருகின்ற சூழலே இருந்தது. இந்த நிலையில் பாரதியின் இளைய மகள் சகுந்தலாவின் திருமணத்தை 1924இல் நடத்திவைப்பதற்குப் பாரதி

நூல் பதிப்புரிமையை அடகு வைக்க வேண்டியிருந்தது. இதில் பாரதியின் தம்பி சி. விஸ்வநாத ஐயரும் (1896 – 1984) – பாரதியின் தந்தை சின்னசாமி ஐயரின் இளைய தாரத்தின்மூலம் பிறந்தவர் – ஹரிஹர சர்மாவும் துணைநின்றனர். திருமணத்திற்காகப் பதிப்புரிமையை அடகுவைத்து வாங்கிய கடன் திருப்பிச் செலுத்தப்படவும் இல்லை; பாரதியின் குடும்பம் வாழ்வதற்கான வருவாய்க்கும் ஏற்பாடு செய்யப்படவில்லை.

இந்தக் கட்டத்திலிருந்து (1924 – 25இல்) விஸ்வநாத ஐயரே பாரதியின் படைப்புகளை வெளியிடலானார். இதற்கெனப் பாரதி பிரசுராலயம் என்ற நிறுவனத்தை ஹரிஹர சர்மா, பாரதியின் இளைய மருமகன் (சகுந்தலா பாரதியின் கணவர்) நடராஜன் ஆகியோரைப் பங்குதாரர்களாகக் கொண்டு தொடங்கினார். 1928இல் பாரதி நூல்கள் தடை செய்யப்பட்டது ஒருவகையில் வரப்பிரசாதமாக அமைந்தது. அரசாங்கம் புத்தகங்களைப் பறிமுதல் செய்ததால் வணிகப் பேரிழப்பு ஏற்பட்டாலும், இதையொட்டி நிகழ்ந்த போராட்டங்களும், சென்னைச் சட்டமன்ற விவாதங்களும் பாரதி நூல்கள் பற்றி மக்களிடையே ஒரு பரபரப்பையும் பேரார்வத்தையும் கிளப்பி நல்ல விளம்பரமாகவும் அமைந்தன. எதிர்ப்பின் பின்னணியில் அரசாங்கம் தடையாணையைத் திரும்பப் பெற்றபோது பறிமுதல் செய்யப்பட்ட பிரதிகளைத் திரும்ப எடுத்து, 'அரசாங்கத்தால் பறிமுதல் செய்யப்பட்டது' (*'This copy was seized by Govt. on 20th Sep. 1928. Forfeiture order cancelled and book returned 22-1-29.'*) என்ற முத்திரையோடு விற்பனை செய்யப்பட்டன. (பிரதிகள் விற்றுத் தீர்ந்த பின் அச்சான பிரதிகளிலும் இம்முத்திரை அடிக்கப் பட்டதாகச் சொல்வதுண்டு!) எது எப்படியாயினும் முதல் முறையாகப் பாரதியின் நூல்கள் பெருமளவில் விற்பனையாகத் தொடங்கிய தருணம் இதுவே.

இந்தப் பின்னணியில்தான் 1931இல், பாரதி படைப்புகளின் முழுப் பதிப்புரிமையை வாங்கும் துணிவு பாரதி பிரசுராலயத்திற்குப் பிறந்தது போலும். இருந்தாலும் இதற்கான 4,000 ரூபாயையும் பல தவணைகளாகச் செலுத்துகின்ற நிலையே இருந்தது. (அதுவரை பாரதி குடும்பத்திற்கு ராயல்டி முறையிலேயே பாரதி பிரசுராலயம் பணம் கொடுத்துவந்தது.) சி. விஸ்வநாத ஐயர் பின்னாளில் சொன்னதுபோல் 'இது குறைந்த தொகைதான்; ஆனால் அன்றைய நாளில் பாரதி படைப்புகளுக்கிருந்த மதிப்பையும், வாங்க முன்வந்தவர்கள் கொடுக்கத் தயாராக இருந்த தொகையையும், எங்கள் நிதி நிலைமையையும் கணக்கிலெடுக்கும்போது இது நியாயமானதே.'[10]

இதன் பின்னர் பாரதி படைப்புகள் வரிசையாகத் தொடர்ந்து வெளிவரலாயின. பாரதி விட்டுச்சென்ற கையெழுத்துப் படிகள், பத்திரிகை நறுக்குகள் முதலானவற்றை நூலாக்கியதோடு, பாரதி பங்களித்த பல்வேறு பத்திரிகைகளைத் தேடியெடுத்து அவற்றிலிருந்தும் பாரதி எழுத்துகள் திரட்டப்பட்டு நூலாக்கப் பட்டன. பாரதியின் நூல்களுக்குக் கிடைத்த வியாபார வரவேற்பை இம்முயற்சிகள் காட்டுவதாகக் கொள்ளலாம் என்றாலும் பாரதியின் எழுத்துகளைக் கண்டுபிடிப்பதில் சி. விஸ்வநாத ஐயரின் முயற்சிகளைக் குறைத்து மதிப்பிடக் கூடாது. பாரதி எழுத்துகளின் தன்மையைக் கருதுங்கால் காலனிய அரசின் தேவையற்ற கவனம் அவற்றின்மீது குவிவதற்கான வாய்ப்பையும் நாம் கருத்தில் கொள்ள வேண்டியுள்ளது. 'பலமுறை எங்கள் அலுவலகத்தில் போலீஸ் தேடல் நடைபெற்றது, கோப்புகளும் நூல்களும் பறிமுதல் செய்யப்பட்டன. என்னைப் போலீசார் பின்தொடர்ந்திருக்கின்றனர். எனது கடிதங்கள் மறிக்கப்பட்டிருக்கின்றன. அரசு பணியில் நான் சேர்வதும் தடைசெய்யப்பட்டது'[11] என்ற விஸ்வநாத ஐயரின் கூற்றில் சிறிது மிகையிருந்தாலும் அது பேரளவு உண்மை என்பதில் ஐயமில்லை.

1938இல் நடராஜன், 1941இல் ஹரிஹர சர்மா என இரண்டு பங்காளிகளும் ஒவ்வொருவராக விலகிய நிலையில் பாரதி பிரசுராலயம் விஸ்வநாத ஐயருக்கு முழுச் சொந்தமானது. அந்தக் காலப்பகுதியில் பாடப் புத்தகங்களே பிரசுரத் தொழிலின் ஆதாரமாக இருந்தன.[12] பாரதி நூல்களைப் பாட நூலாக்க முடியாததலால் பாரதி பிரசுராலயம் வேறு தந்திரோபாயங்களைக் கையாள வேண்டியிருந்தது. பாரதி பிரசுராலயம் புத்தக வியாபாரிகளுக்குத் தாராளமாகக் கழிவு வழங்கியது. கல்வி நிறுவனங்களுக்கும் பண்பாட்டு அமைப்பு களுக்கும் சலுகைகள் வழங்கப்பட்டன. பாரதி நாள் கொண்டாடும் அமைப்புகளுக்கு 50% வரை கழிவு வழங்கப் பட்டது – பாரதி பெற்றுவந்த கொண்டாட்ட அந்தஸ்தையும் இது காட்டுகின்றது.

பாரதி பாடல்களின் ஒலிப்பதிவுரிமை

1930களில் அச்சு ஊடகம் மட்டுமல்லாமல் பல்வேறு ஒலிப்பதிவு, ஒலிபரப்புத் தொழில்நுட்பங்களும் தமிழ்ச் சமூகத்தில் நுழையலாயின. 1920களின் பிற்பகுதி முதல் தேசபக்த நாடகங்கள் மட்டுமல்லாமல் வணிக நாடகங்களும்கூட வலுப்பெற்றுவந்த தேசிய உணர்வையும் தேசிய இயக்க அணிதிரட்டலையும் கணக்கிலெடுக்க வேண்டிய கட்டாயம் ஏற்பட்டது. கதைக்குத்

தொடர்பே இல்லாதபொழுதும்கூட நாடகத்தின் இடையிடையே தேசியப் பாடல்களை, முக்கியமாகப் பாரதி பாடல்களை, கலைஞர்கள் பாடினார்கள்.

ஸ்டீவ் ஹ்யூஸ் என்ற தமிழ்த் திரைப்பட வரலாற்றாசிரியர் 1930களின் தொடக்கத்தில் தமிழகத்தில் ஓர் 'இசைப் பேரெழுச்சி' ('music boom') ஏற்பட்டதாக மதிப்பிடுகிறார்.[13] இதன் விளைவாகப் புதிய வியாபாரக் கட்டாயங்கள் நுழைந்தன. இந்த வளர்ச்சியை வணிக முறையில் பயன்படுத்திக்கொள்ளவோ, அல்லது இதன்மூலம் வரும் வருவாயைக் கொண்டு நூல் வெளியீட்டை விரிவாக்கவோ 1934இல் பாரதி பிரசுராலயம் ஸுராஜ்மல் அண்டு கம்பெனி என்ற நிறுவனத்தின் ஜெய்சிங்லால் கே. மேத்தா என்பவரோடு, 'இசைத் தட்டுகள், பேசும் படங்கள் மற்றும் பிற ஒலிபரப்புக் கருவிவழிப் பதிவுகளைச் செய்யும் உரிமையை'க் கைமாற்றும் ஒப்பந்தத்தைச் செய்துகொண்டது. இதற்கென 450 ரூபாயும், விற்பனையாகும் ஒவ்வொரு இசைத்தட்டுக்கும் ஓரணா வீதம் ராயல்டியும் வழங்கப்படுமென்பது ஒப்பந்தம்.

ஜெய்சிங்லால் மேத்தா ஒரு நகை வியாபாரி. 1901இல் குஜராத்தில் பிறந்தவர். இந்தியாவிலும் அயல்நாடுகளிலும் நகை மற்றும் வைர வியாபாரத்தில் ஈடுபட்டிருந்தவர். ஸுராஜ்மல் லல்லுபாய் அண்டு கம்பெனியில் ('சுராஜ்மல் அண்டு சன்ஸ்', 'ஸுரஜ்மல் கம்பெனி' என்று விதவிதமாகப் பாரதி நாட்டுடைமையாக்கம் தொடர்பில் குறிப்பிடப்படும் கம்பெனியின் அதிகாரபூர்வமான பெயர் இதுவே.) இவர் பங்காளி. 1895இல் நிறுவப்பட்ட இக்கம்பெனி 1922இல் சென்னையில் கிளையைத் திறந்து, 313, எஸ்பிளனேடில் அலுவலகத்தைக் கொண்டிருந்தது. பம்பாயிலும் திருச்சியிலும் ரங்கூனிலும் இதற்குக் கிளைகள் இருந்தன. தங்கம், வைரம், பொன், வெள்ளிச் சித்திரச் சாமான்களையும் விற்றுவந்ததாக இதன் விளம்பரங்கள் தெரிவிக்கின்றன.[14]

பாரதி பிரசுராலயம் ஸுராஜ்மல் கம்பெனியுடன் செய்து கொண்ட ஒப்பந்தம் சி. விஸ்வநாத ஐயருக்குத் தகவலறிவிக்காமல் ஹரிஹர சர்மா செய்துகொண்டது என்றும், அதற்கு 450 ரூபாய் பெற்றுக்கொள்ளப்பட்டதென்றும், வேறு வழியில்லாத நிலையிலேயே அவரும் மற்றொரு பங்காளியான நடராஜனும் அந்த ஒப்பந்தத்தை ஏற்றுக்கொள்ள வேண்டியிருந்ததென்றும் விஸ்வநாத ஐயர் சீனி. விசுவநாதனுக்கு எழுதிய கடிதம் ஒன்றில் தெரிவித்திருக்கிறார்.[15] ஆனால் ஸுராஜ்மல் கம்பெனி தொடங்கிய இசைத்தட்டுக் கம்பெனியினைப் பாரதி பாடல்களை வெளியிடுவதற்கு முன்பே மூடிவிட்டார்கள் என்பது வேறு செய்தி.[16]

*1946*இல் இந்த ஒலிப்பதிவு, ஒலிபரப்பு உரிமையின் பண மதிப்பு மிகவும் கூடிவிட்டது. 'நாம் இருவர்' திரைப்படத்தில் பாரதி பாடல்களைப் பயன்படுத்த அதன் தயாரிப்பாளர் ஏவி. மெய்யப்ப செட்டியார் (*1907 – 1979*) முயன்றபொழுது, மொத்த ஒலிப்பதிவு உரிமையினையும் *9,500* ரூபாய்க்கு வாங்கினார். இது ஒரு பெருந்தொகை என்றும், சில ஆயிரம் ரூபாய்க்குள் இது முடிந்திருக்க வேண்டியது என்றும் ஏவி. மெய்யப்ப செட்டியார் நினைவுகூர்கிறார்.[17] இருப்பினும் இவ்வளவு பெருந்தொகை கொடுத்து ஒரு சாமர்த்தியமான வணிகர் வாங்கியதிலிருந்து இதனை ஒரு திட்டமிட்ட முதலீடாக அவர் கருதினார் என்று கொள்வதில் தவறிருக்க முடியாது.

இதுகாறும் விவரித்த பாரதி நூல் பதிப்பு வரலாறு பாரதி நாட்டுடைமையாக்கத்தின் போக்கைத் தீர்மானித்தது.

சான்றுக் குறிப்புகள்

1 Thomas R. Trautmann, *Langauges and Nations: The Dravidian Proof in Colonial Madras*, University of California Press, Berkeley, 2006, pp. 147 (இதன் தமிழாக்கம், *திராவிடச் சான்று*, காலச்சுவடு பதிப்பகம், நாகர்கோயில், *2006*).

2 *ஆனந்த போதினி*, *8(2)*, *17* ஆகஸ்டு *1922*.

3 மேலது.

4 மேல் விவரங்களுக்குக் காண்க, ஆ. இரா. வேங்கடாசலபதி (ப—ர்), எஸ்.ஜி. இராமாநுஜலு நாயுடு, *சென்றுபோன நாட்கள்*, காலச்சுவடு பதிப்பகம், நாகர்கோவில், *2015*, ப. *18*.

5 இது பற்றி மேலும் அறியக் காண்க: ஆ. இரா. வேங்கடாசலபதி, *முச்சந்தி இலக்கியம்*, காலச்சுவடு பதிப்பகம், நாகர்கோவில், *2004*, ப. *81–3*.

6 பி.எஸ். ராமையா, *மலரும் மணமும்*, அல்லயன்ஸ், சென்னை *2000*, ப. *4*; முதற் பதிப்பு: ஜோதி நிலையம், சென்னை, *1944*.

7 அகிலன், *எழுத்தும் வாழ்க்கையும்*, பாரி புத்தகப் பண்ணை, சென்னை, *1984*, ப. *278–84*. முதற் பதிப்பு: *1978*.

8 பாரதி நூல்களின் பதிப்பு வரலாற்றை விரிவாகப் பதிவு செய்யும் நூல்: சீனி. விசுவநாதன், *பாரதி நூல்கள்: பதிப்பு வரலாறு*, சீனி. விசுவநாதன், சென்னை, *2005*. பாரதியின் எழுத்து வாழ்க்கை பற்றிய ஒரு பகுப்பாய்வுக்குக் காண்க: ஆ.இரா. வேங்கடாசலபதி, 'நமக்குத் தொழில் கவிதை', *அந்தக் காலத்தில் காப்பி இல்லை முதலான ஆய்வுக் கட்டுரைகள்*, காலச்சுவடு பதிப்பகம், நாகர்கோவில், *2013*.

9. இதன் தொடர்பில் கவனத்தில் கொள்ள வேண்டிய முக்கிய நூல், கா. சிவத்தம்பி, அ. மார்க்ஸ், *பாரதி: மறைவு முதல் மகாகவி வரை*, என்.சி.பி.எச்., சென்னை, 1984.

10. C. Visvanathan, 'Service or Profiteering?' (cyclostyled statement in G.O. No. 1226, Education, 17.4.1950; *(முக்கியமான இந்த ஆவணத்தின் முழுவடிவத்திற்குக் காண்க: பின்னிணைப்பு viii).*

11. C. Visvanathan, 'Service or Profiteering?'

12. இதைப் பற்றி மேலும் அறிய A.R. Venkatachalapathy, *The Province of the Book: Scholars, Scribes and Scribblers in Colonial Tamilnadu*, Permanent Black, Ranikhet, 2013.

13. Hughes, Steve, 'The "Music Boom" in Tamil South India: Gramophone, Radio and the Making of Mass Culture', *The Historical Journal of Film, Radio and Television*, 22 (4), 2002.

14. *Who's Who in Madras*, 1934. 1932 ஆம் ஆண்டு 'சுதேசமித்திரன்' வாரப் பதிப்பில் இடம்பெற்றுள்ள இந்நிறுவன விளம்பரங்கள்.

15. சீனி. விசுவநாதன், *மகாகவி பாரதி: சில புதிய உண்மைகள்*, ஸ்ரீ புவனேஸ்வரி பதிப்பகம், சென்னை, 1984, ப. 152–3.

16. ஏவி.எம்., *எனது வாழ்க்கை அனுபவங்கள்*, ஏவி.எம். அறநிலையம், சென்னை, 2000 (முதல் பதிப்பு: 1974), ப. 64.

17. ஏவி.எம்., *எனது வாழ்க்கை அனுபவங்கள்*, ப. 64–5.

2

வழக்கும் இயக்கமும்

இயக்கத்தின் தொடக்கம்

1940கள் அளவில் தமிழ்ச் சமூகத்தில் உருப் பெற்றுவந்த பொதுக்களத்தில் (public sphere) பாரதியின் எழுத்துகள் இன்றியமையாததும் தவிர்க்க முடியாததுமான ஓர் இடத்தைப் பெற்றுவிட்டன. பாரதியின் எழுத்துகளுக்கு வணிக மதிப்பும் ஏற்பட்டது. அவனுடைய பாடல்களைப் பயன்படுத்திக்கொள்வதற்குப் பாரதி பிரசுராலயம் கட்டணம் விதித்ததே இதற்குப் போதிய சான்றாகும். 'விண்ணப்பதாரரின் தன்மையைப் பொறுத்து, பாரதி பாடல்களின் சில வரிகளையும், சில செய்யுட்களையும் பாடநூல்களில் பயன்படுத்திக்கொள்வதற்குச் சில சமயங்களில் கட்டணமில்லாமலும் சில சமயங்களில் பெயரளவுக்கு ராயல்டி விகிதப்படியும் அனுமதியளித்து வந்த'தாகக் கூறிய பாரதி பிரசுராலயம், 'இந்தியப் பணியாளர் சங்கம்' (கோகலே தோற்றுவித்த *Servants of India Society*) போன்ற பொதுநல அமைப்புகள் தாமே பாரதியின் தேர்ந்தெடுத்த பாடல்களின் தொகுப்பு களையும் வெளியிட அனுமதி அளித்தது.[1] பொதுச் சொல்லாடல்களில் பெருகிவந்த பாரதி பாடல்களின் பயன்பாட்டுத் தேவைக்கு இது போதுமானதாக இல்லை என்பது வெளிப்படை.

இந்தப் பின்னணியில், பாரதியின் படைப்பு களைப் பொதுச் சொத்தாக மாற்ற வேண்டும் என்ற கோரிக்கை அங்கொன்றும் இங்கொன்றுமாக வெளிப்படத் தொடங்கியது. நவம்பர் 1944இல்

கோயம்புத்தூரில் கூடிய முதல் தமிழ் எழுத்தாளர் மாநாட்டில் இது பற்றித் தீர்மானம் நிறைவேறியதாகத் தெரிகிறது. 'தனிப்பட்டவர் கையினின்று பாரதி பாடல்கள் மீட்கப்பட வேண்டும்' என்ற தீர்மானத்தைக் *கிராம ஊழியன், சிவாஜி* முதலான இலக்கிய இதழ்களோடு நெருங்கிய தொடர்பு கொண்டிருந்த அ.வெ.ர. கிருஷ்ணசாமி ரெட்டியார் (1918 – 1989) முன்மொழிந்திருக்கிறார். ஓர் எழுத்தாளரின் படைப்புகளை நாட்டுடைமை ஆக்க வேண்டும் என்ற முன்னுதாரணமில்லாத ஒரு சிந்தனை எவ்வாறு முகிழ்ந்தது என்பது புலப்படவில்லை. டிசம்பர் 1946இல் சென்னையில் நடந்த அடுத்த மாநாட்டிலும் இதே கருத்தை இரண்டு ஜீவாக்களும் (ப. ஜீவானந்தமும் நாரண. துரைக்கண்ணனும்) வலியுறுத்தியதாக எதிரொலி விசுவநாதன் குறிப்பிடுகிறார்.[2] பாரதி பாடல் உரிமை பற்றி இயக்கம் சூடுபிடித்திருந்த நிலையில் மே 1948இல் நாகர்கோயிலில் நடந்த மூன்றாம் தமிழ் எழுத்தாளர் மாநாட்டிலும் இந்த விடயம் பேசப்பட்டிருக்கிறது.

1947 அக்டோபரில் எட்டயபுரம் பாரதி மணிமண்டபத் திறப்பு விழாவில் இக்கோரிக்கை அதிக வலுப்பெற்றது. இந்தியா சுதந்திரம் அடைந்த இரண்டு மாதங்களில் நிகழ்ந்த இத்திருவிழாவில் மீதூர்ந்த வெற்றிக் களிப்பும் கோலாகலமும் இக்கோரிக்கைக்குக் கூர்மை தந்ததில் வியப்பில்லை.

பாரதி மணிமண்டபத் திறப்பு விழாவில் தமக்கே உரிய பாணியில் சண்டமாருதமாக முழங்கிய ஜீவா,

> பாரதி நூல்களை வெளியிடும் உரிமை திரு. விஸ்வநாத ஐயர் (பாரதியின் தம்பி) கையில் இருக்கிறது. பேசும் படம், வானொலி, இசைத்தட்டு இவைகளில் பாரதி பாடல்களைப் பாடுவதற்கான உரிமையை மெய்யப்ப செட்டியார் ஒருவரிடம் பணம் கொடுத்து விலைக்கு வாங்கி வைத்துக்கொண்டிருந்தார்.
>
> பாரதி இலக்கியம் தமிழ் மக்களின் பொது உடைமை; ஏன் உலகத்து மக்களுக்குக்கூட. காந்தி இலக்கியம் போல் பாரதி இலக்கியமும் பொது உடைமையாக – தனி உரிமையில் சிக்கிக் கிடப்பது விடுபட – தமிழ் மக்களும் சர்க்காரும் தகுந்த நடவடிக்கை எடுக்க முன்வர வேண்டும்.

இவ்வாறு முழங்கிய ஜீவா, 'சேமமுற வேண்டுமெனில் தமிழ் முழக்கம் தெருவெல்லாம் ஒலிக்கச் செய்வீர். இது பாரதியின் ஆணை. இந்த ஆணையை நிறைவேற்ற பாரதி நூல்களை – இலக்கியத்தை யாரும் பதிப்பித்து வெளியிட உரிமை ஏற்பட வேண்டும். பாரதியின் இளவல் திரு. விஸ்வநாத ஐயர் காலமறிந்து தானே முன்வந்து

பாரதி நூல்களைப் பொதுவுடைமை ஆக்க வேண்டும்' என்று தம் விருப்பத்தையும் தெரிவித்தார். அவ்வாறு அவர் முன்வந்தால் 'தமிழ் மக்களின் நன்றி அவருக்கு என்றும் உரியதாகும்' என்ற ஜீவா, ஆனால் 'பணத்திற்கு ஆசைப்பட்டு, தனி உரிமைக்கே நின்றால் பழிதான் ஏற்படும்' என்றும் எச்சரித்தார். மேலும், அவ்வாறு பொதுவுடைமையாக்கினால், 'பாரதி குடும்பத்திற்கு – விஸ்வநாத ஐயர் உட்பட – ஒரு நல்ல நன்கொடை அளிக்க தமிழ் மக்கள் தயங்க மாட்டார்களென்று எதிர்பார்க்கலாம்' என்ற தம் நம்பிக்கையினையும் ஜீவா வெளியிட்டார்.[3]

இந்தியக் கம்யூனிஸ்டு கட்சியின் ஜனசக்தி பிரசுராலயம் பாரதி மணிமண்டபத் திறப்பு விழாவில் வெளியிட்ட அச்சு வடிவம் மேற்கண்டவாறிருக்க, மேடையில் பேசும்பொழுது ஜீவா, காலணா அரையணாவாகத் தமிழ் மக்களிடம் சேகரித்த காசை விட்டெறிய வேண்டும் என்ற பொருள்படப் பேசியதாகவும், அவ்வார்த்தைகள் சி. விஸ்வநாத ஐயரை மிகவும் புண்படுத்தியதெனவும் தெரிகிறது.

பாரதி பாடல்கள் தாராளமாகக் கேட்பதற்குரிய வகையில் ஏவி. மெய்யப்ப செட்டியார் ஒலிபரப்புரிமையை விட்டுத்தர வேண்டும் என்று கோரிக்கை விடுத்த ஜீவா, 'பாரதி பாடல்களில் வியாபாரம் நடத்துவதை ஒழித்து, தமிழ் மக்களின் நன்மதிப்பைப் பெற வேண்டும்' என்றும் கேட்டுக்கொண்டார்.[4] ஜீவாவின் சொற்களால் ஏவி. மெய்யப்ப செட்டியார் புண்பட்டாரா எனத் தெரியவில்லை.

இவ்வாறு கேட்டுக்கொள்ளப்பட்ட பின்னரும் 'விஸ்வநாத ஐயரும் மெய்யப்ப செட்டியாரும் . . . காலம் கடத்துவார்களானால், சென்னை சர்க்கார் பாரதி பாடல்களும் பாரதி இலக்கியமும் நாட்டிற்குப் பொது என்று பிரகடனம் செய்ய வேண்டும்' என்று அரசை நோக்கிக் கேட்ட ஜீவா, 'அதற்காகத் தமிழ் மக்கள் முறையான, தீவிரமான கிளர்ச்சியிலும் நடவடிக்கைகளிலும் உடனே இறங்கித் தீர வேண்டும்' என்ற வெகுசனக் கோரிக்கையாகப் பாரதியை நாட்டுடைமையாக்க வேண்டும் என்று தீவிரமாகப் பேசினார்.[5] இதற்கு முன் வேறு எவரும் இந்தக் கோரிக்கையை இவ்வளவு வலுவாக முன்வைத்ததாகத் தெரியவில்லை. தனிச் சொத்துரிமையை மறுக்கும் ஒரு சித்தாந்தத்தை வரித்துக்கொண்ட ஜீவா தீவிரமாகப் பேசியதில் எந்த வியப்பும் இல்லை.

பாரதி மணிமண்டபத் திறப்பு விழாவன்று சென்னை வானொலி நிலையத்தில் உரையாற்றிய பரலி சு. நெல்லையப்ப பிள்ளையும், 'பாரதி நம்மை விட்டுப் பிரிந்துபோய்க் கால் நூற்றாண்டுக்கு மேல் ஆகிவிட்டது. ஆனால் இவ்வளவு காலமாகியும்

விடுதலைக் கவியின் பாடல்கள் பல பந்தங்களில் அகப்பட்டு வருந்துகின்றன. பாரதி பாடல்களையும் எழுத்துக்களையும் பொதுவுடைமையாகச் செய்து, அவற்றைப் பல முறைகளில், இலட்சக்கணக்காக வெளியிட்டு நாடெங்கும் பரப்ப வேண்டும்' என்று அழைப்பு விடுத்தார்.[6]

இந்தச் சூழலில்தான் ஒரு வக்கீல் நோட்டீசு ஒரு பெரும் இயக்கத்தை முடுக்கிவிட்டுக் கடைசியில் பாரதி படைப்புகள் மக்களுடைமையாவதற்கும் வழிகோலியது. இந்தக் காலப் பகுதியில் டி.கே.எஸ். சகோதரர்கள் நடத்திவந்த ஸ்ரீ பாலஷண்முகானந்த சபை தமிழகத்தின் முதன்மையான நாடகக் குழுவாக விளங்கியது. நாகர்கோயிலைச் சொந்த ஊராகக் கொண்ட டி.கே. சங்கரன், டி.கே. முத்துசாமி, டி.கே. சண்முகம், டி.கே. பகவதி ஆகிய அண்ணன் தம்பிகளைக் கொண்ட இக்குழு 'டி.கே.எஸ். சகோதரர்கள்' என்று அறியப்பட்டது. தமிழ் நாடகத் தந்தை என்று போற்றப்படும் தவத்திரு சங்கரதாஸ் சுவாமிகளிடம் இளமையிலேயே பயிற்றுவிக்கப்பட்ட இவர்களில் மூன்றாமவரேயாயினும் அதிகப் பெயர் பெற்றவர் தி.க. சண்முகம் (1912 – 1973). அவ்வையார் பாத்திரத்தை நாடகத்தில் ஏற்று நடித்ததால் அவ்வை சண்முகம் என்றும் இன்றளவும் அறியப்படுகிறார். தேசபக்தி, சமூகச் சீர்திருத்தம் ஆகியவற்றை அடிக்கருத்துகளாகக் கொண்ட பல நாடகங்களை இக்குழு நடத்திவந்தது. புராணக் கதைகளையே உள்ளடக்கமாகக் கொண்டு திரைப்படங்கள் வெளியாகிவந்த காலத்தில் வடுவூர் கே. துரைசாமி ஐயங்காரின் நாவலை வைத்துத் தயாரிக்கப்பட்ட, தமிழின் முதல் சமூகத் திரைப்படம் என்றறியப்படும் *மேனகா* (1935) இக்குழுவின் கைவண்ணத்திலேயே தயாரிக்கப்பட்டது. 1920களின் பிற்பகுதியிலிருந்தே பாரதியின் பாடல்களைத் தம் நாடகங்களில் டி.கே.எஸ். சகோதரர்கள் பயன்படுத்திவந்தனர். பாரதிதாசனின் 'புரட்சிக் கவி' உள்ளிட்ட பல நவீன இலக்கியப் படைப்புகளுக்கு ஆதாரமாகிய 'பில்ஹணன்' என்ற நாடகத்தையும் இக்குழு அரங்கேற்றி வந்தது. இதன் பெருவெற்றியைத் தொடர்ந்து 'பில்ஹண'னைத் திரைப்படமாக்கத் தி.க. சண்முகம் முனைந்தார். 'கண்ணன் பாட்'டில் கண்ணனைக் காதலனாக வரித்துப் பாரதி பாடிய

> தூண்டில் புழுவினைப்போல் – வெளியே
> சுடர் விளக்கினைப் போல்,
> நீண்ட பொழுதாக – எனது
> நெஞ்சம் துடித்ததடீ!

என்று தொடங்கும் பாடலை நாட்டியத்துடன் இத்திரைப்படத்தில் அவர் இணைத்திருந்தார்.

இந்த நிலையில் ஏவி.எம். திரைப்பட நிறுவனத்தின் முதலாளி ஏவி.மெய்யப்ப செட்டியார், பாரதியின் பாடல்களைத் திரைப்படங்களிலும் இசைத் தட்டிலும் பதிவு செய்து வெளியிடும் உரிமை சட்டப்படி தமக்கே உரியதென்றும், பாரதியின் எப்பாடலையும் தம் அனுமதியின்றித் திரைப்படத்தில் பயன்படுத்தக் கூடாதென்றும், அவ்வாறு சேர்த்திருந்தால் அதனை உடனே நீக்க வேண்டுமென்றும், அல்லாவிடின் தாம் இழப்பீடு பெறச் சட்ட நடவடிக்கை எடுக்க நேரும் என்றும் தம் வழக்குரைஞர் மூலம் 29 ஜனவரி 1948 எனும் நாளிட்ட அறிவிப்புக் கடிதம் அனுப்பினார். இழப்பீடாக ஐம்பதாயிரம் ரூபாய் கேட்க இருப்பதாகவும் அவர் அதில் கூறியிருந்தார். காந்தி சுடப்படுவதற்கு முந்திய நாள் ஏவி. மெய்யப்ப செட்டியார் அனுப்பிய கடிதத்தை 2 பிப்ரவரி 1948இல் கிடைக்கப்பெற்று தி.க. சண்முகம் அதிர்ந்தார். தம் வக்கீல் தாண்டவன் செட்டியாருடன் கலந்துகொண்டு, ‘பாரதி பாடல்கள் தமிழ்நாட்டின் பொதுச் சொத்தென்றும், அவற்றிற்குத் தனிமனிதர் உரிமை கொண்டாடுவதை ஒப்புக்கொள்ள முடியாதென்றும்’ டி.கே.எஸ். சகோதரர்கள் 5 மார்ச் 1948இல் பதிலிறுத்தனர்.[7]

இந்திய தேசிய விடுதலைப் போராட்டத்திற்கு நாடகங் களின் மூலமாகப் பிரசாரம் செய்தவர் என்ற முறையில் காங்கிரஸ் தலைவர்களுடன் தி.க. சண்முகத்திற்கு நட்புப் பழக்கம் இருந்தது. இந்நல்லுறவைப் பயன்படுத்தி, சென்னை மாநிலத்தின் பிரதமரான ஓமந்தூர் பி. இராமசாமி ரெட்டியார் (1895 – 1970), அவருடைய அமைச்சரவையில் உணவு – சுகாதார அமைச்சராக இருந்த டாக்டர் தி.சே.சௌ. ராஜன் ஆகியோருக்கு ஒரே நாளில் (5 ஏப்ரல் 1948) தனித்தனிக் கடிதங்களை அவர் தம் கைப்பட எழுதி அனுப்பினார் (காண்க பின்னிணைப்பு 1).[8]

நேர்மைக்கும் ஒழுக்கத்திற்கும் பெயர்பெற்ற ஓமந்தூர் இராமசாமி ரெட்டியாரை ‘நேர்மை வழியில் நின்று தொண்டாற்றும் தலைவரவர்கட்கு நாடகக் கலைஞன் ஷண்முகம் வணக்கம்’ என்று விளித்துத் தொடங்கிய கடிதம், ‘தங்கள் விலைமதிப்பற்ற நேரத்தை விரிவுரையெழுதி வீணாக்க மாட்டேன்’ என்று கூறி, ஒரு விரிவான துண்டறிக்கையை இணைத்ததோடு, ‘சத்தியத்தின் வழி நடக்கும் தாங்கள் இதற்குத் தக்க பரிகாரம் அளிப்பீர்களென்று தமிழ்நாடு எதிர்பார்க்கிறது’ என்று முடித்திருந்தார்.

தி.சே.சௌ. ராஜனுக்கு எழுதிய கடிதமும் இதே போல் சுருக்கமாகவும், துண்டறிக்கை இணைப்புடனும் அமைந்திருந்தது. ‘சுதந்திர நாட்டில் நமது மகாகவியின் செந்தமிழ்க் கவிதைகளுக்குத்

தனிமனிதர்கள் உரிமை கொண்டாடி தடை விதிப்பது நீதியா?' என்று தி.க. சண்முகம் அறச்சீற்றத்தோடு கேட்டிருந்தார்.

'பாரதிக்கு விடுதலை வேண்டும்!' என்ற தலைப்பில் அமைந்திருந்த துண்டறிக்கை 28-3-1948 என்று நாளிட்டு, டெமி 1x8 அளவில் இரு பக்கமும் அச்சிட்டுக் கோயம்புத்தூரிலிருந்து வெளியானதாகும். பாரதி படைப்புகளை ஏன் நாட்டுடைமையாக்க வேண்டும் என்பதற்கான ஆணித்தரமான வாதங்களை உணர்ச்சிப்பாங்கான நடையில் வேகத்துடன் முன்வைக்கும் ஆவணம் இது. (இந்த துண்டறிக்கையின் முழு வடிவத்துக்குக் காண்க பின்னிணைப்பு *ii.*)

விடுதலைப் போராட்டக் காலத்தில் அரசின் தடைக்கு ஆளான பாரதி பாடல்கள் சுதந்திர இந்தியாவில் தனிமனிதரால் தடைப்படுத்தப்படுகின்றது என்று வாதாடிய தி.க. சண்முகம், 'கவிஞனின் பரந்த நோக்கத்தை குறுகிய வியாபார நோக்கங்கள் சிதைக்கின்றன' எனக் குமுறினார். 'தமிழ்நாட்டின் அமரகவியை ... இருட்டில் பெட்டியில் பூட்டிவைத்து வியாபாரம் நடத்த முயலும் வேடிக்கையை' அனுமதிக்கலாகாது என்று முறையிட்டார். ஏவி. மெய்யப்ப செட்டியாருக்கும் தமக்குமான வழக்கில் 'சட்டப்படி ... தீர்ப்பளிக்க வேண்டிய இடம் நீதிஸ்தலமே யென்றாலும், பாரதி பாடல் உரிமை பற்றி சுதந்திர சர்க்காரில் மக்கள் தீர்ப்பென்னவென்று' கேட்கத் தமக்கு உரிமை உண்டென்றும் அவர் வாதிட்டார். "'பாரதியின் பாடல்களும் இலக்கியங்களும் தமிழ்நாட்டின் பொதுச் சொத்து, தனிமனிதர்களுக்கு இதில் எவ்வித உரிமையுமில்லை" என்று ஏன் சென்னை சர்க்கார் ஒரு பிரகடனம் வெளியிடக் கூடாது?' என்று ஓர் அறைகூவலையும் இத்துண்டறிக்கை முன்வைத்தது. ஓர் இலக்கியப் படைப்பின் காப்புரிமையை அரசாங்கம் கைப்பற்றி மக்கள் உடைமை ஆக்க வேண்டும் என்ற கோரிக்கை அதற்கு முன் வரலாறு அறியாதது என்பதை இங்கு மனங்கொள்ள வேண்டும். மேலும், இத்துண்டறிக்கை பெரிதும் ஒலிபரப்புரிமை பற்றியே மையங்கொண்டிருந்தது என்பதையும், சி.விஸ்வநாத ஐயரிடமிருந்த பதிப்புரிமையை இடைப்பிறவரலாகவே குறித்துள்ளதையும் நோக்க வேண்டும்.

அரசாங்கத்திற்கு முறையிடுதல், துண்டறிக்கை வெளியிடுதல் என்ற அளவில் தி.க. சண்முகம் நிற்கவில்லை. 1948 ஏப்ரல் மாதத்தின் நடுப்பகுதியிலிருந்து சென்னையிலும் தமிழகத்தின் பிற பகுதிகளிலுமாகப் பயணம் செய்து, பாரதி படைப்புகளை நாட்டுடைமையாக்க வேண்டும் என்ற கோரிக்கைக்கு ஆதரவு திரட்டலானார்.

பாரதி விடுதலைக் கழகம்

பாரதி மணிமண்டபத் திறப்பு விழாவையொட்டிய விழைவுகளுக்கும் கோரிக்கைகளுக்கும் செவிமடுக்கும்முகமாகப் 'பாரதி விடுதலைக் கழகம்' என்ற ஓர் அமைப்பு அமைக்கப்பட்டது. பாரதி படைப்புகள் நாட்டுடைமையானதற்குரிய பெருமை இக்கழகத்திற்கே வழங்கப்படுகிறது. ஆனால், இதன் தோற்றமும் செயல்பாடும் பற்றிச் சிறிது குழப்பம் நிலவுகிறது. 1947 அக்டோபரில் எட்டயபுரம் பாரதி மணிமண்டபத் திறப்பு விழாவில் ஜீவாவும் நாரண. துரைக்கண்ணனும் ம.பொ. சிவஞானமும் பாரதி நூல்களைப் பொதுவுடைமையாக்க வேண்டும் என்று பேசியதைத் தொடர்ந்து, நாரண. துரைக்கண்ணன் இந்த அமைப்பை ஏற்படுத்தியதாகவும், இதில் ஆர்வமுள்ளவர்களைத் திரட்டி உறுப்பினராக்க 'அறிக்கைகள் பறந்த'தாகவும் எதிரொலி விசுவநாதன் குறிப்பிடுகிறார்.[9]

பாரதி விடுதலைக் கழகத்தின் முதல் கூட்டம் 11–3–1948இல் ச.து.சு. யோகியின் தலைமையில் நடைபெற்றது; அதன் தலைவராக வ.ரா., துணைத் தலைவர்களாக நாரண. துரைக்கண்ணனும் அ. சீனிவாசராகவனும், செயலாளர்களாகத் திருலோக சீதாராமும் வல்லிக்கண்ணனும் தேர்ந்தெடுக்கப்பட்டனர். ஆனால், வ.ரா. தலைமைப் பொறுப்பேற்பதில் ஓர் இடர் இருந்துள்ளது. அப்போது வ.ரா.வுக்கு அறுபது நிறைந்து மணி விழா ஏற்பாடுகள் நடந்துகொண்டிருந்த சூழ்நிலையில் அவருக்குப் பண முடிப்பு வழங்குவதாகவும் திட்டம். இந்நிலையில் புரவலராக விளங்கக்கூடிய ஏவி. மெய்யப்ப செட்டியாரின் 'பகைமைக்கு ஆளாக விரும்பாமல்' வ.ரா. தலைமையேற்பதைக் கல்கி தடுத்து, அனைவர்க்கும் ஏற்புடைய நாரண. துரைக்கண்ணனைத் தலைவராக்கி இருக்கிறார். இதனைத் தொடர்ந்து தமிழ்நாடெங்கும் பிரசாரப் பயணங்கள் மேற்கொள்ளப்பட்டதென்றும், டி.கே.எஸ். சகோதரர்கள் சந்தித்த வழக்கு விவகாரத்தின் காரணமாக 'எழுச்சி' ஏற்பட்டதென்றும் எதிரொலி விசுவநாதன் எழுதுகிறார்.[10]

1948 ஜனவரி 29ஆம் நாளே ஏவி. மெய்யப்ப செட்டியார் – டி.கே.எஸ். சகோதரர்கள் ஆகியோருக்கு இடையே பிரச்சனை முளைவிட்டுவிட்டதை மேலே கண்டோம். அதற்கு ஆறு வாரங்களுக்குப் பிறகே பாரதி விடுதலைக் கழகத்தின் முதல் கூட்டம் நிகழ்ந்துள்ளது. இந்த வரிசையை நோக்கும்பொழுது பிரச்சினை வெடித்த பிறகே பாரதி விடுதலைக் கழகம் செயல்படலானது என்று கொள்வது பொருந்தும்.

~~

பாரதி விடுதலைக் கழகத்தின் பிரசாரமும், தி.க. சண்முகத்தின் விண்ணப்பங்களும் அரசாங்கத்திற்கு வந்திருந்த நிலையில் ஓமந்தூர் இராமசாமி ரெட்டியார் இது பற்றி டி.எஸ். சொக்கலிங்கத்தைத் தொடர்புகொண்டு சில நடவடிக்கைகளை எடுத்ததாக நாரண. துரைக்கண்ணனும் எதிரொலி விசுவநாதனும் குறிப்பிடுகின்றனர்.¹¹ அரசு ஆவணங்களில் இது பற்றிக் குறிப்பில்லை. இதன் விளைவாகவே தி.க. சண்முகம், நாரண. துரைக்கண்ணன், அ. சீனிவாசராகவன் முதலானோர் திருநெல்வேலிக்குச் சென்று செல்லம்மா பாரதியைச் சந்தித்தனர் என்றும் எதிரொலி விசுவநாதன் குறிப்பிடுகிறார்.¹²

கோவையில் அகிலனின் 'புயல்' நாடகத்தை அரங்கேற்றிவிட்டு 18 ஏப்ரல் 1948இல் புறப்பட்டுச் சென்னை சென்ற தி.க. சண்முகம், அங்கே நாரண. துரைக்கண்ணனைக் கண்டு பேசிவிட்டு, அடுத்து பரலி சு. நெல்லையப்ப பிள்ளை, வ.ரா., தெ.பொ. மீனாட்சிசுந்தரம் பிள்ளை ஆகியோரைச் சந்தித்தார். பரலி சு.நெல்லையப்பர் பாரதியால் தம்பி என்று அழைக்கப்பட்டவர்; பாரதி நூல்களை அவர் வாழ்ந்த காலத்திலேயே வெளியிட்டவர். வ.ரா. பாரதியின் நண்பர்; மகாகவி பாரதியார் என்ற முக்கியமான வாழ்க்கை வரலாற்றுச் சித்திரத்தை எழுதியவர்; சிதறிகிடந்த பாரதி எழுத்துகளைத் திரட்ட ஒரு காலத்தில் முன்முயற்சி எடுத்தவர். தெ.பொ.மீ. தமிழறிஞர்; தேசிய இயக்கத் தலைவர்களால் நன்கு மதிக்கப்பெற்றவர். பாரதி பாடல்கள் மக்களுடைமை ஆக வேண்டும் என்ற கருத்தொற்றுமையை உருவாக்கி, அம்முயற்சிக்கு அச்சான்றோர்களின் நல்லாசியையும் தி.க. சண்முகம் பெற்றார்.

அதன் பிறகு, சென்னைக் கடற்கரையில் நள்ளிரவுவரை நாரண. துரைக்கண்ணன், வல்லிக்கண்ணன் ஆகியோரோடு தி.க. சண்முகத்தின் உரையாடல் தொடர்ந்தது. அடுத்த நாள் இவ்விருவரோடு, பாரதி விடுதலை யாத்திரை என்று குறிப்பிடப்படும் பயணமாகத் திருநெல்வேலிக்குப் புறப்பட்டார் தி.க. சண்முகம். முதலில் திருச்சியில் இறங்கி அங்கு வானொலி நிலையத்தில் பணியாற்றிவந்த கே.பி. கணபதியைச் சந்தித்து அவரையும் யாத்திரையில் இணைத்துக்கொண்டார். சிவாஜி இதழாசிரியர் திருலோக சீதாராம் வர விரும்பினாலும் சூழல் அதற்கு இடம் தரவில்லை. ஆனால், வானொலி நிலையத்தில் எதிர்பாராது சந்தித்த கவிஞரும் பேராசிரியருமான அ.சீனிவாசராகவன் உடன் வர இசைந்தார். 21 ஏப்ரல் 1948 இரவே செங்கோட்டை பாசஞ்சரில் இடநெரிசலையும் பொருட்படுத்தாது பயணித்து இவர்கள் அனைவரும் நெல்லை வந்துசேர்ந்தனர்.

நெல்லையில் செல்லம்மா பாரதியையும் தங்கம்மாள் பாரதியையும் அவர்களுடைய கைலாசபுர இல்லத்தில் சந்தித்துப்

பாரதி விடுதலைக் கழகம் பேசியது. பாரதியின் படைப்புகள் பொதுச் சொத்தாவதில் தமக்குத் தடையில்லை என்று சொன்னதோடு எழுத்துபூர்வமாகவும் தங்கள் ஒப்புதலையும் அவர்கள் வழங்கினர்.

அப்பொழுது, பாரதியின் எழுத்துகளைப் பொதுச் சொத்தாக்குவதற்கு அவர் இசைகின்றாரா என உசாவி டி.எஸ். சொக்கலிங்கம் எழுதிய கடிதத்தை அவர்கள் கையில் எடுத்துச் சென்றிருக்கின்றனர்.[13] 23.4.48இல் அதற்கு இசைந்து செல்லம்மா ஒரு கடிதம் கொடுத்திருக்கிறார். இதைத் தி.க. சண்முகமும் குறிப்பிடுகிறார்.[14]

செல்லம்மா பாரதி அளித்த இசைவு வாக்கியங்களாக எதிரொலி விசுவநாதன் குறிப்பிடுவதாவது:

ஓம்:

> கனம் பிரதம மந்திரி இராமசாமி ரெட்டியார் அவர்களுக்குச் சக்தி அருள்புரிக. மகாகவி பாரதியாருடைய பாடல்களையும் இலக்கியங்களையும் பொதுவுடைமையாக்க வேண்டும் என்று தமிழ்நாட்டில் கிளர்ச்சி நடந்து வருவதாகத் தெரிகிறது. இது சம்பந்தமாகப் *பிரசண்ட விகடன்* ஆசிரியர் நாரண. துரைக்கண்ணன் அவர்களும், *சிந்தனை* ஆசிரியர் அ. சீனிவாசராகவன் அவர்களும் என்னைக் காணவந்தார்கள். பாரதியார் இலக்கியங்களில் யார்யாருக்கு உரிமைகள் இருக்கின்றனவோ அவற்றையெல்லாம் சென்னை அரசாங்கமே பெற்றுத் தமிழ் மக்களுக்குப் பொதுவுடைமையாக வழங்க உத்தேசித்திருப்பதாகவும், இந்தப் பணியில் தாங்கள் மிகவும் சிரத்தை காட்டுவதாயும் என்னிடம் சொன்னார்கள். தங்கள் பெருந்தன்மையை மனமாரப் பாராட்டுகிறேன். இப்போதுள்ள உரிமைகளையும், இனி எழக்கூடிய உரிமைகளையும் நியாயமான முறையில் அரசாங்கமே பெற்றுப் பொதுமக்களுக்கு வழங்குவது எனக்குப் பூரண சம்மதம். தங்கள் முயற்சி சக்தி அருளால் வெற்றி பெறுக. ஆனால் ஒன்று. இதைச் சொல்லக் கூசுகிறேன்; சொல்லாமலும் இருக்க முடியவில்லை. என் கணவருடைய இலக்கியங்களுக்குள்ள செல்வாக்கின் காரணமாக எனக்கோ அவருடைய குடும்பத்தாருக்கோ விசேடமான வசதி ஏற்படவில்லை என்பது தாங்கள் அறிந்ததே. தரும நியாயமான முறையில் இந்தப் பணியை நிறைவேற்றுவீர்கள் என்று பரிபூர்ணமாக நம்புகிறேன்.[15]

இந்த இசைவுக் கடிதம் அரசு கோப்பில் இல்லை. ஏறத்தாழ பத்து மாதங்களுக்குப் பிறகு 14–2–1949இல் செல்லம்மா

பாரதியும் தங்கம்மாள் பாரதியும் அளித்த இசைவுக் கடிதம் மட்டுமே உள்ளது (பின்னிணைப்பு iv): முதல் கடிதம் ஓமந்தூரார் பார்வைக்கு மட்டுமேயானதாக இருந்திருக்கலாம். இரண்டாம் கடிதம் திருநெல்வேலி தாசில்தாரால் அரசாங்கம் கேட்டுக்கொண்டதற்கிணங்கப் பெறப்பட்டதால் அரசாணைக் கோப்பில் அக்கடிதம் மட்டுமே இடம்பெற்றது போலும்.

பாரதியின் மனைவிக்கும் மகளுக்கும் சட்டபூர்வமான உரிமை இல்லாத நிலையிலும் அவர்களுடைய ஒப்புதல் பெரும் தார்மீக பலமாக அமைந்தது. 'என் கணவருடைய இலக்கியங்களுக்குள்ள செல்வாக்கின் காரணமாக எனக்கோ அவருடைய குடும்பத்தாருக்கோ விசேடமான வசதி ஏற்பட வில்லை' என்ற பாரதியின் வாழ்க்கைத்துணையின் வாசகங்கள் எவர் மனத்தையும் கரைத்துக் கண்ணீர் மல்கச் செய்திருக்கும் என்று சொல்ல வேண்டியதில்லை. நாரண. துரைக்கண்ணன் போன்ற யார் பக்கமும் சாராத பண்பாளர்கள் இம்முயற்சியில் தலைப்பட்டதும் பாரதி பொதுச் சொத்தாக வேண்டும் என்ற கோரிக்கைக்கு வலுச்சேர்த்தது.

நாரண. துரைக்கண்ணன் பாரதி யாத்திரைக்குப் புறப்பட்ட வேளையில் அவருடைய நான்கு வயது மகன் உடல் நலிவுற்றிருந்தான். நெல்லையில் அவர் இருந்தபொழுது 23 ஏப்ரல் 1948இல் அவன் காலமாகி விட்டான். நாரண. துரைக்கண்ணன் எங்கு இருக்கிறார் என்று தெரியாத நிலையில் அவனுடைய இறுதிச் சடங்கும் நடந்துவிட்டது. மூன்று நாள் கழித்து 26 ஏப்ரலில் வீட்டுக்குச் சென்றபொழுதுதான் இத்துயரச் செய்தியை அவர் அறிந்தார். பாரதி நாட்டுடைமைக் கோரிக்கைக்குக் களப்பலியாகக் கருதப்பட்டு அதற்கொரு உணர்ச்சிகரமான உரமாகவும் இத்துயரம் அமைந்து, பல்லாண்டுகள் கழித்தும் நினைவுகூரப்படும் ஒரு நிகழ்ச்சியாக மக்கள் மனங்களில் நிலைத்துவிட்டது.

அதன்பின் 1 மே 1948இல் கோவைக்கு வந்திருந்த காமராசரைச் சந்தித்துத் தம் கோரிக்கையை முன்வைத்து அவர் ஆதரவையும் பெற்றார் தி.க. சண்முகம். ஆட்சிப் பொறுப்பில் இல்லாவிட்டாலும் காமராசரே தமிழகக் காங்கிரஸ் கட்சியின் தலைவராக விளங்கினார். அவ்வகையில் அவரது ஆதரவைப் பெற்றதும் முக்கியச் செய்தியாகும்.[16] நேரிடையாக இல்லாவிட்டாலும், பாரதி விடுதலைக் கழகம் கொடுத்த அழுத்தம் அரசாங்கம் எடுத்த முடிவுக்கு அடிகோலியது என்பதில் ஐயமில்லை.

~~

நாடகக் கலைக்கும் விடுதலைப் போராட்டத்திற்கும் அவ்வை தி.க. சண்முகம் ஆற்றியிருந்த பங்கு அவருடைய கோரிக்கைக்கு வலுச்சேர்த்தது. வியாபாரப் போட்டியின் விளைவாக அவர் இதில் முனைப்புக் காட்டியதாக எவரும் கருதவில்லை. காங்கிரஸ்காரர்கள் மட்டுமல்லாமல் கம்யூனிஸ்டுகளுடனும் அவர் நல்லுறவு கொண்டிருந்தார். ஒரே ஊர்க்காரர்கள் என்ற முறையில் ஜீவாவுடன் அவருக்கு நெருக்கம் இருந்தது. நாடக மேடையில் சமூகச் சீர்திருத்தக் கருத்துகளைப் பரப்பியவர் என்ற முறையில் பெரியார், அண்ணா ஆகிய திராவிட இயக்கத் தலைவர்களின் நன்மதிப்பையும் அவர் பெற்றிருந்தார்.

பாரதி விடுதலைக் கழகத்தின் கோரிக்கைகளுக்கு ஆதரவு திரளத் தலைப்பட்டது. இதன் தொடர்பில் திண்டுக்கல் நகரக் காங்கிரஸ் குழு, சேலம் நகராட்சி முதலானவற்றின் தீர்மானங்களை அரசாங்கத்தின் கோப்புகளில் காண முடிகின்றது.[17]

இதற்கிடையில் கோவை நீதிமன்றத்தில் சட்ட நடவடிக்கைகளும் தொடங்கியிருந்தன *(Original Suit No. 4/1948)*. டி.கே.எஸ். சகோதரர்கள் மீது மட்டுமல்லாது, 'பில்ஹணன்' படத் தயாரிப்பில் தொடர்புடைய சேலம் சண்முகா பிலிம்ஸ், காரைக்குடியின் இராமநாதன் பிக்சர்ஸ், ஸ்ரீரங்கத்தின் சங்கர் பிக்சர்ஸ், சேலம் ஜெயா பிலிம்ஸ் ஆகியோரையும் வழக்கில் இணைத்திருந்தார் ஏவி. மெய்யப்ப செட்டியார். வழக்குத் தீர்க்கப்படும்வரை திரைப்படத்தைத் திரையிடக் கூடாது என்றும் கோவை மாவட்ட நீதிமன்றத்தில் ஒரு வழக்கிடை விண்ணப்பத்தை *(interlocutory application)* அவர் தாக்கல் செய்திருந்தார். இவ்வழக்கில் 23 ஆவணங்களை அவர் தாக்கல் செய்தார். பாரதி பிரசுராலயத்திற்குப் பதிப்புரிமையை வழங்கிச் செல்லம்மா பாரதி கையெழுத்திட்டிருந்த பத்திரம், பாரதி பிரசுராலயத்திற்கும் ஜெய்சிங்லால் மேத்தாவுக்குமான ஒப்பந்தப் பத்திரம், ஏவி. மெய்யப்ப செட்டியாருக்கு உரிமையை மாற்றி ஜெய்சிங்லால் மேத்தா கையெழுத்திட்ட ஒப்பாவணம் ஆகியவை இவற்றுள் முதன்மையானவை. அகில இந்திய வானொலி மற்றும் திருவனந்தபுரம், மைசூர் வானொலி நிலையங்கள் ஏவி. மெய்யப்ப செட்டியாரின் ஒலிபரப்புரிமையை அங்கீகரிக்கும் வகையில் அளித்திருந்த ஆவணங்களையும் அவர் இணைத்திருந்தார். (திருவனந்தபுரமும் மைசூரும் சுதேச சமத்தானங்கள் என்பதால் அவற்றின் வானொலி நிலையங்கள் அகில இந்திய வானொலியிலிருந்து தனித்து இயங்கின.) சட்டக் கண் கொண்டு பார்க்கும்பொழுது ஏவி. மெய்யப்ப செட்டியாரின் தரப்பு மிக வலுவாக இருந்தது என்பதில் எந்த ஐயப்பாடும் இல்லை.

டி.கே.எஸ். சகோதரர்கள் தரப்பில் சில செய்தித்தாள் நறுக்குகளும், பாரதியின் நண்பரும் அவருடைய சில நூல்களை வெளியிட்டவருமான பரலி சு. நெல்லையப்பரின் வாய்மொழி ஒப்புதலுமே முன்வைக்கப்பட்டன. மேலும், பாரதி பிரெஞ்சு பகுதியான புதுச்சேரியில் வாழ்ந்தவராதலால் பிரிட்டிஷ் காப்புரிமைச் சட்டம் அவனுடைய படைப்புகளைப் பொறுத்தமட்டில் செல்லாது என்றும் சொல்லப்பட்டது. இவை சட்ட அடிப்படையில் சொத்தையானவை என்பதில் ஐயமிருக்க முடியாது. சாரமான வாதம் என்பது தார்மிக அடிப்படையில் அமைந்த வாதமேயாகும். பாரதி பாடல்களைப் 'பொதுச் சொத்தாகக் கருத வேண்டுமே ஒழிய, தனிச் சொத்தாக அல்ல' ('deemed to be public property and not the property of any individual') என்றும், 'காப்புரிமைச் சட்டத்தின் வாலாயமான விதிகளும் பிரிவுகளும் பாரதியின் இலக்கியப் படைப்புகளை ஆள முடியா' ('The literary works of [Bharathi] are not such as would be governed by the ordinary rules and provision of copyright') என்பதாகவும் அந்த வாதம் அமைந்திருந்தது.[18]

டி.கே.எஸ். சகோதரர்கள் தரப்பின் சட்ட நிலைப்பாடு வலுவற்றதாக இருப்பினும், மாவட்ட நீதிபதி பி. கோமன், ஏவி. மெய்யப்ப செட்டியாரின் இடையீட்டு விண்ணப்பத்தை 16 ஏப்ரல் 1948இல் தள்ளுபடி செய்தார். தாவாவுக்குரிய திரைப்படப் பகுதியின் நீளம் 90 அடி அல்லது 250 அடி என்பதாகவே இருந்த நிலையில், பதிப்புரிமை மீறல் இருப்பின் அதற்கு இழப்பீடு பெறுவதே தக்க நிவாரணமாக இருக்கும் என்று அவர் முடிவு செய்தார்.

அரசாங்கத்தின் நிலைப்பாடு

பாரதி படைப்புகளை நாட்டுடைமையாக்க வேண்டுமென்ற இயக்கம் முனைப்புப் பெற்றுவந்த வேளையில் சுதந்திர நாட்டின் புதிய அரசாங்கம் இதற்கு முகங்கொடுக்க வேண்டிய கட்டாயம் ஏற்பட்டது.

டி.கே.எஸ். சகோதரர்களுக்கு வக்கீல் அறிக்கை அனுப்பப் பட்டதைத் தொடர்ந்து இது பற்றிச் சட்டமன்றத்தில் ஆர்.வி. சாமிநாதன் கேள்வி எழுப்பினார் என்றும், பாரதியின் பதிப்புரிமையை அரசாங்கம் வாங்கும் எண்ணம் உண்டா என அவர் கேட்டார் என்றும் எதிரொலி விசுவநாதன் பதிவு செய்துள்ளார்.[19]

தி.க. சண்முகம் எழுதிய கடிதங்கள் கிடைக்கப்பெற்ற இரண்டொரு நாளிலேயே முதலமைச்சர் ஓமந்தூர் இராமசாமி

ரெட்டியாரின் கைப்பட எழுதப்பட்ட நறுவிசான இரு குறிப்புகளை அரசாங்கக் கோப்புகளில் காண முடிகின்றது.[20] தமக்கு வந்த கடிதத்தில் அவர் எழுதிய குறிப்பு வருமாறு: 'சட்டச் செயலாளர் என்னைக் கண்டு நிலைமையை விளக்கவும்' *('Secretary Legal may see and explain position. O.P.R. 7-4-48').* தி.சே.சௌ. ராஜனுக்கு வந்த கடிதத்தில் ஓமந்தூரார் எழுதிய குறிப்பு அவர் ஒரு கொள்கை முடிவை எடுத்துவிட்டதைக் காட்டுகிறது. 'மாண்புமிகு கல்வி மந்திரி பார்த்துப் பதிப்புரிமையைப் பெற ஏற்பாடுகள் செய்க'. *('H.M. Education may see and kindly make arrangements to acquire copyright. O.P.R. 8-4-48'.)* ஒருநாள் இடைவெளியிலேயே பாரதி பதிப்புரிமையை அரசுடைமையாக்க வேண்டும் என்ற கொள்கை முடிவை ஓமந்தூரார் எடுத்துவிட்டார் என்பது தெளிவாக வெளிப்படுகின்றது.

ஒருவகையில் இதில் வியப்பதற்கொன்றுமில்லை. சுதந்திரப் போராட்டக் காலத்தில் பாரதி பாடல்கள் தேசிய அணிதிரட்டலுக்கு ஒரு முக்கியக் கருவியாக இருந்திருக்கின்றன. அரசியல் கட்சியாகக் காங்கிரஸ் அதன் மூலமாக நல்ல ஆதாயமும் ஈட்டியிருந்தது. அமைச்சரவையில் இருந்த தலைவர்கள் பலரும் பாரதியின் பாடல்களில் உள்ளார்ந்த ஈடுபாடுகொண்டு அவற்றில் மனத்தையும் பறிகொடுத்திருந்தனர். மக்கள் உணர்வும் இதற்கு ஆதரவாக இருந்தது என்பதையும் அவர்கள் நன்கு உணர்ந்திருந்தனர். எளிமைக்கும் நேர்மைக்கும் பேர்பெற்ற ஓமந்தூரார் முதலமைச்சராகவும், தமிழ் வளர்ச்சியில் ஆழ்ந்த அக்கறை கொண்டிருந்த தி.சு. அவினாசிலிங்கம் செட்டியார் கல்வி அமைச்சராகவும் இருந்தது அரசின் கொள்கை முடிவைக் கேள்விக்கு அப்பாற்பட்டதாக ஆக்கிவிட்டது.

அரசாங்கம் கொள்கை முடிவு எடுத்துவிட்டாலும் அரசாங்க இயந்திரம் அவ்வளவு விரைவில் அதனை நிறைவேற்ற முடியவில்லை. சுதந்திர இந்தியாவின் புதிய அரசாங்கம் விதிகளையும் நடைமுறைகளையும் சிறிதும் வழுவாமல் கடைப்பிடிக்க வேண்டும் எனபதில் கூடிபேர் அக்கறை காட்டிவந்தது. இதன் விளைவாக ஓமந்தூராரின் தாவோரக் குறிப்பு சட்டமன்றத்தில் அறிவிப்பாக வெளிப்படுவதற்கு சற்றொப்ப ஓராண்டாயிற்று.

தி.சே.சௌ. ராஜனுக்கு அவ்வை சண்முகம் எழுதிய கடிதம் ஓமந்தூரார் குறிப்பு எழுதிய அதே நாளில் கல்வி அமைச்சர் தி.சு. அவினாசிலிங்கம் செட்டியாரின் *(1903 – 1991)* மேசைக்கு வந்துவிட்டது. அவினாசிலிங்கம் இதில் நேரடி முனைப்பைக் காட்டத் தொடங்கினார். ஒருவகையில், பாரதி நாட்டுடைமையாக்க வரலாற்றில் ஒரு முக்கிய நாயகர் என்று இவரைச் சுட்டினாலும்

பொருத்தமே. 20 ஏப்ரல் 1948இல் பிரதமருக்கு எழுதிய குறிப்பில், இந்த விவகாரத்தில் தலையிட்டுப் பேச்சுவார்த்தைகள் நடத்த அமைச்சரவை தமக்கு அதிகாரம் வழங்குமானால், (*'If the cabinet will give me the power to negotiate over the matter'*), உரிமையின் கைமாற்றத்திற்கு எவ்வளவு தொகை கொடுக்கலாம் என்பதை முடிவு செய்து, விவகாரத்தை முடித்துவிடலாம் என்று அவர் கூறினார். பாரதியின் படைப்புகள் நாட்டுடைமை ஆக வேண்டும் என்பதில் இவ்வளவு முனைப்புக் காட்டிய அவர், மிக விரிவாக 400 பக்க அளவில் ஆங்கிலத்தில் எழுதிய தன்வரலாற்று நூலில் ஒரே ஒரு வரியை மட்டுமே – காங்கிரஸ் அரசாங்கத்தின் சாதனைகளில் ஒன்றாக – போகிறபோக்கில் சொல்லிச் செல்கிறார். இது வியப்புக்கு உரியது என்பதோடன்றி வரலாற்று ஆய்வுக்கு ஒரு பேரிழப்புமாகும்.

கோப்பு மேசைக்கு வந்த உடனேயே (8 – 4 – 48) அவினாசிலிங்கம் செட்டியார் சட்டச் செயலருக்கு ஒரு குறிப்பு எழுதினார். 'எல்லாரும் பயன்படுத்தும் வகையில் பாரதி படைப்புகள் விடுவிக்கப்பட வேண்டும் என்பது பற்றிப் பெரிய அளவில் கிளர்ச்சி நடக்கின்றது. இவ்வுரிமைகள் பற்றிய சட்ட நிலையைப் பரிசீலிப்பதோடு, சட்டப்படி இவ்வுரிமைகளை நாம் கைவயப்படுத்த இயலுமா எனவும் பரிசீலிக்க வேண்டும்.' (*'There is a great deal of agitation that Bharathi's works must be made free for everybody to utilize. The legal position of these rights may be examined and it may also be considered whether we cannot acquire those rights under law!'*)

கல்வித் துறை இதைப் பற்றி வாலாயமான முறையில் பொதுக் கல்வி இயக்குநரை (*Director of Public Instruction*) வினவியபொழுது, பொறுமையிழந்த அவினாசிலிங்கம் செட்டியார், 'பொதுக் கல்வி இயக்குநரின் குறிப்பு எந்தத் தெளிவையும் தராது' (*'will not produce any light'*) என்று மட்டையடியாகச் சொன்னதோடு, 'சட்ட நிலையைக் கருத்தில் கொண்டு அதைப் பொதுச் சொத்தாக்குவதற்குரிய நடவடிக்கைகளை எடுக்க வேண்டும்' என்று 3 மே 1948இல் அழுத்தமாக எழுதினார்.

அவினாசிலிங்கம் செட்டியாரின் அனுமானம் தவறவில்லை. அவசர நினைவூட்டலுக்குப் பிறகு 4 மே 1948இல் பொதுக் கல்வி இயக்குநர் கையளித்த குறிப்புரை புதிய செய்திகள் எதையும் கொண்டிருக்கவில்லை. புத்தகப் பதிவாளரைக் (*Registrar of Books*) கலந்துகொண்டு அவர் அளித்த அறிக்கையானது, 1914இல் பதிப்புரிமைச் சட்டம் நிறைவேற்றப்பட்ட பிறகு பதிப்புரிமையைப் பதிவு செய்யும் நடைமுறை புத்தகப் பதிவாளரால் கைவிடப்பட்டதென்றும், பாரதி பிரசுராலயமே

பாரதி படைப்புகளின் பதிப்புரிமைக்குச் சொந்தக்காரர் என்றும் சில 'அரிய' உண்மைகளைக் கொண்டிருந்தது.

அரசு அதிகாரிகளின் செயல்பாட்டினால் அதிருப்தியுற்றோ என்னவோ, தமது நண்பரும் புகழ்பெற்ற பத்திரிகையாளரும் *தினசரி* நாளேட்டின் ஆசிரியருமாகிய டி.எஸ். சொக்கலிங்கத்தை நாடி, அவர் மூலமாகச் சட்ட ஆலோசனையைப் பெற்றார் அவினாசிலிங்கம் செட்டியார். கருத்துக் கேட்ட ஒரே வாரத்தில் (16–4–48) பாரிஸ்டர் டாக்டர் ஏ. கிருஷ்ணஸ்வாமியின் (ஆர்க்காடு இராமசாமி முதலியாரின் மகன்) சட்ட ஆலோசனைக் குறிப்பைப் பெற்றுக் கொடுத்துவிட்டார் டி.எஸ். சொக்கலிங்கம். ஆனால் டாக்டர் ஏ. கிருஷ்ணஸ்வாமியின் குறிப்பும் பொருத்தமுடையதாக அமையவில்லை. 'மூல உரிமையாளர் (பாரதி) மறைந்த 25 ஆண்டுகளுக்குப் பிறகும், 50 ஆண்டுகள் ஆகும் வரையும், மூல உரிமையாளரின் சட்டபூர்வப் பிரதிநிதிகள் பாடல்களைப் பிரசுரிக்கலாம்; வானொலியிலும் இசைத்தட்டிலும் திரையிலும் பயன்படுத்தலாம்' என்று இங்கிலாந்து நாட்டின் 1911ஆம் ஆண்டு காப்பிரைட் சட்டத்தின்படி கருத்துரைத்தார். பாரதியின் பதிப்புரிமை கைமாறியதன் பின்னணி விவரங்களை முழுவதும் அறியாத நிலையில் வழங்கிய கருத்துரையாகவே இதனைக் கருத வேண்டியுள்ளது.

இதற்கிடையில், கோவை நீதிமன்றத்தில் டி.கே.எஸ். சகோதரர்கள் முதலானவர்கள் மீது ஏவி. மெய்யப்ப செட்டியார் தொடுத்த வழக்கின் நடவடிக்கைகளும் முடிவுகளும் அரசாங்கத்தின் கொள்கை முடிவைப் பாதிக்கும் என்பதால் இவ்வழக்கு விவரங்களை அறிந்து தகவலளிக்குமாறு கோயம்புத்தூர் ஆட்சியரை அரசாங்கம் 29–4–48இல் அறிவுறுத்தியது. சிறப்புக் கவனத்துக்குரியதாக இதைக் கருதுமாறும் கூறியது. *('Collector is requested to treat the matter* ***as special*** *and send his report immediately.')* இதற்கிடையில், 5 மே 1948இல் கோவை ஸ்ரீ இராமகிருஷ்ண வித்யாலயத்தில் தி.சு. அவினாசிலிங்கம் செட்டியாரைச் சந்தித்த தி.க. சண்முகம், அமைச்சர் கேட்டுக்கொண்டதற்கிணங்க பிரச்சினை தொடர்பான பல ஆவணங்களை அனுப்பிவைத்தார். அவற்றுள் முக்கியமானவை:

1. 15 ஜூன் 1931இல் செல்லம்மா பாரதியும், அவருடைய மகள்களான தங்கம்மாளும் சகுந்தலாவும் பண்டிட் ஹரிஹர சர்மா, சி. விஸ்வநாத ஐயர், கே. நடராஜன் ஆகியோருடன் செய்துகொண்ட உரிமை மாற்று ஆவணத்தின் *(deed of assignment)* பிரதி. இதன்படி இரு தரப்பினரும் கூட்டாகப் பாரதி பிரசுராலயம் என்ற பெயரில் பதிப்பகத்தை நடத்துவர். இதற்கான முழுக் காப்புரிமைத் தொகை 4,000

ரூபாய் ஆகும். அதற்கு முன் கொடுத்த தொகைகளுக்கு ரூ 2,400 தள்ளிவைப்பதோடு ரூ 200 வீதம் ஒவ்வொரு அரையாண்டும் எஞ்சிய தொகை செலுத்தப்படும் என்பது உடன்படிக்கையின் சாரம்.

2. பாரதி பிரசுராலயத்திற்கும் ஜெய்சிங்லால் மேத்தாவுக்கும் இடையில் 4 ஆகஸ்டு 1934இல் செய்துகொள்ளப்பட்ட உரிமை மாற்று ஆவணம் இசைத்தட்டுகளிலும் திரைப்படங்களிலும் வேறு வகையான ஒலிபரப்புக் கருவிகள் வழியும் பாரதி பாடல்களைப் பதிவு செய்தல் தொடர்பானது. இதற்கென 450 ரூபாய் மொத்தத் தொகையாகவும், விற்கப்படும் ஒவ்வொரு இசைத் தட்டுக்கும் ஓரணா வீதம் காப்புரிமைத் தொகையும் பாரதி பிரசுராலயத்திற்கு வழங்க வேண்டும்.

3. ஜெய்சிங்லால் மேத்தாவிற்கும் ஏவி.மெய்யப்ப செட்டியாருக்கும் 10 செப்டம்பர் 1946இல் செய்துகொள்ளப்பட்ட ஒப்பந்தம். இதன்படி முழு ஒலிபரப்புரிமையும் 9,500 ரூபாய்க்குக் கைமாறியிருந்தது.

இந்தப் பின்னணியில் பாரதி காப்புரிமையை அரசாங்கம் கையகப்படுத்துவதில் காலத் தாழ்வு ஏற்பட்டுவந்தது. தமிழ்ப் பண்பாட்டு உலகோடு நெருங்கிய தொடர்புகொண்டிருந்த தி.சு. அவினாசிலிங்கம் செட்டியாரின் மீது அழுத்தங்கள் கூடி வந்தன. 19 மே 1948ஆம் நாள் அவர் கல்வித் துறைச் செயலருக்கு எழுதிய குறிப்பு வருமாறு: 'இதன் தொடர்பாகப் பெரிய அளவுக்குக் கிளர்ச்சி நிகழ்ந்துவரும் நிலையில் எவ்வளவு சீக்கிரமாகப் பதிப்புரிமையைக் கையகப்படுத்துகிறோமோ அவ்வளவுக்கு நல்லது. அவசியமில்லாமல் இதைத் தாமதப்படுத்தினால் பொதுப் போராட்டங்களுக்கு நாம் அடிபணிய வேண்டியிருக்கும். இன்னும் ஒரு வாரத்தில் இவ்விஷயம் பரிசீலிக்கப்பட்டு, என் முன் வைக்கப்படும் என்று எதிர்பார்க்கிறேன்.' (*There is a great deal of agitation in the matter and the sooner we acquire it [copyright] the better. If we delay it unnecessarily, we have to yield to public agitation. I expect the matter to be examined and put up within a week'.*)

தம் உரிமையை விட்டுக்கொடுக்க விருப்பமில்லாத ஏவி. மெய்யப்ப செட்டியாரேகூட ஒப்புக்கொண்டபடி, பாரதி விடுதலைக்கான போராட்டம் பரந்துபட்டதாகவும், மக்களின் நம்பிக்கைக்குரியதாகவும் மாறியிருந்தது. 'இதில் சம்பந்தப்பட்ட கட்சிகள் குதர்க்கமான வாதத்தின் மூலமாக, சந்தேகத்திற்கப்பாற்பட்ட வகையில் தேசபக்தியும், கைம்மாறு கருதா கோரிக்கைகளும் நன்னோக்கமும் கொண்ட பண்பாளர்களைத் தமக்கு ஆதரவாளர்களாகப் பெற்றுவிட்டன.'[21] உண்மையில்,

ஆ. இரா. வேங்கடாசலபதி

இந்தப் போராட்டம் வெற்றிப் பாதையில் முன்னேறியதற்கு இதன் முன்னணியில் இருந்தவர்களின் நம்பகத்தன்மையும், அவர்களுடைய கோரிக்கையில் இருந்த உண்மையும், இதற்குச் சார்பாக வெகுமக்களின் ஆதரவைத் திரட்ட முடிந்ததுமே காரணமாகும்.

~~

பாரதி விடுதலைக் கழகத்தின் கிளர்ச்சி முதலில் ஏவி. மெய்யப்ப செட்டியாரையும் அவர் கைவசமிருந்த ஒலிபரப்புரிமையினையும் குறிவைத்தே தொடங்கப்பட்டது. போராட்டம் கூர்மைப்பட்டு, வெகுசன ஆதரவு திரண்டு வந்த நிலையில், 'இவ்விஷயம் மீண்டும்மீண்டும் தமிழ்நாட்டின் சில வட்டாரங்களில் விவாதத்திற்குரியதாக இருந்ததாலும்,' 'பொது நன்மை இதில் சம்பந்தப்பட்டுள்ளது என்று சொல்ல முடியுமாதலாலும்,' ஏவி. மெய்யப்ப செட்டியார் தாமாகவே 2 ஜூன் 1948இல் சென்னை மாநிலத்தின் பிரதமருக்கு ஒரு நீண்ட கடிதம் எழுதினார் (இதன் முழு வடிவத்திற்குப் பிற்சேர்க்கை *iii*ஐக் காண்க). பாரதியின் படைப்புகளை மீட்க வேண்டும் என்ற போராட்டத்தின் நெருக்கடியின் விளைவாக இந்த நிலைக்கு அவர் தள்ளப்பட்டார் என்பதில் தடையில்லை. தாம் தயாரித்த படங்களெல்லாம் 'வெகுசனக் கேளிக்கையோடு தூய்மையும் உயர்தரக் கலைத் தயாரிப்புத் தன்மையும் இணைந்தவை' என்றும், 'எவ்வளவு கறாரான விமர்சகனும் அவற்றை எந்தக் குறையும் கூறிவிட முடியாது' என்றும் பெருமை பீற்றிக்கொண்ட அவர், 'தமது படங்களைப் பிரதமருக்கும் அவருடைய அரசாங்கத்தின் பிற உறுப்பினர்களுக்குமான சிறப்புத் திரையிடலுக்கு ஏற்பாடு செய்ய' முன்வந்தார். 'கேளிக்கையோடு ஒழுக்க நோக்கத்தையும் புத்தி புகட்டலையும் இணைக்க வேண்டும் என்ற தம் திட்டத்தின் காரணமாகவே' பாரதி பாடல்களுக்கான ஒலிபரப்புரிமையைத் தாம் வாங்கியதாக வாதிட்ட அவர், பாரதியின் பாடல்கள் சிலவற்றைத் 'தமிழகத்தின் ஒவ்வொரு வீட்டிலும் ஒலிக்கச் செய்வதற்காக'த் தாம் 'கணிசமான நேரத்தையும் உழைப்பையும் ஆராய்ச்சியையும் செலவிட்டதாக'க் கூறினார். ஒலிபரப்புரிமையைத் தாம் தக்கவைத்துக்கொள்வதற்கு அவர் கூறிய நியாயமாவது, 'சிறந்த பலன் பெற வேண்டுமென்றால் உயர்தரக் கலைஞர்களைக் கொண்டு சரியான முறையில்' பாரதி பாடல்களைப் பாடுவிக்க வேண்டும் என்பது.

> பிரத்யேக ஒலிபரப்புரிமையை நான் தக்கவைத்துக் கொண்டதனாலேயே மிக உயர்ந்த தரத்தில் பாடல் களைப் பாடி அவற்றின் மேன்மையைத் தக்க

வைக்க முடிந்தது. இசைத் தட்டுகளில் பதிவு செய்தல் தொடர்பாக ஸ்ரீமதி எம்.எஸ். சுப்புலட்சுமி, திருமதி டி.கே. பட்டம்மாள், ஸ்ரீ டி..ஆர். மகாலிங்கம் போன்ற மேன்மையான தரமுடைய பாடகர்களை மட்டுமே நான் பாட அனுமதித்துள்ளேன்.

வெகுமக்களால் பாரதி பாடல்கள் பாடப்பட வேண்டும் என்பதை ஒப்புக்கொண்ட ஏவி. மெய்யப்ப செட்டியார், அதே வேளையில் 'பாடப்படும் முறை குறைகூற முடியாததாக இருக்க வேண்டும்' என்றும் வலியுறுத்தினார். அகில இந்திய வானொலிக்கும் திருவிதாங்கூர், மைசூர் வானொலி நிலையங்களுக்கும் பாரதி பாடல்களை ஒலிபரப்பும் உரிமையைக் கட்டணமின்றித் தாம் கொடுத்துவந்ததையும் அவர் குறிப்பிடத் தவறவில்லை. 'ஆனால் சினிமா தயாரிப்பாளர்கள் மற்றும் கிராமபோன் கம்பெனிகள் பொறுத்தமட்டில்' தம்முடைய நிலைப்பாடு வேறு; ஏனெனில் பாரதி பாடல்களை அவர்கள் பயன்படுத்துவதன் பிரதான நோக்கம் பொது நன்மை அல்ல, 'மாறாகப் பொது மக்களின் நல்லெண்ணத்தையும் அவர்களிடம் இப்பாடல்களுக்கிருந்த பிரபல்யத்தையும் சுரண்டுவதே ஆகும்' என்று அவர் வாதிட்டார். 'கலையைக் கலைக்காகவே மதிக்கின்றவர்களுக்கும் அதனை வியாபாரத்திற்காகச் சுரண்டுபவர்களுக்கு'மான வேறுபாட்டைச் சில சுயநலச் (interested) சக்திகள் 'பாரதியின் ஆன்மாவும் படைப்புகளும் சிறை வைக்கப்படுவதாக'த் திரித்துக் கூறுவதாக அவர் குறைபட்டுக்கொண்டார். இச்சக்திகள் இந்தச் சூழ்நிலையைப் பயன்படுத்தி, இந்தச் சர்ச்சையைப் பெரிதாக்கி, உண்மைகளைத் தம் உள்நோக்கங்களுக்காகத் திரித்து, எந்தத் தீர்வையும் பலனளிக்காதவாறு செய்துவருவதாகவும் அவர் குற்றஞ்சாட்டினார். இதனாலேயே அவர் அரசாங்கத்தை நாடி ஓர் திட்டத்தை முன்வைப்பதாகக் கூறினார். அவர் முன்வைத்த திட்டம் வருமாறு: ஓர் அறக்கட்டளையை ஏற்படுத்தி, பாரதி ஒலிபரப்புரிமையை அதற்கு அளிப்பார். அதன் அறங்காவலர்களுள் ஒருவராக ஏவி. மெய்யப்ப செட்டியாரோ அல்லது அவரால் நியமிக்கப்பட்ட ஒருவரோ, மற்றும் அரசாங்கத்தின் நியமன உறுப்பினர்கள் இருவரையோ அதற்கு மேற்பட்டவரையோ கொண்டதாக அந்த அறக்கட்டளை இருக்கலாம். பாரதி பாடல்களைப் பயன்படுத்த விரும்புவோர் அந்த அறக்கட்டளைக்கு விண்ணப்பிக்க வேண்டும். இதற்கான கட்டண விகிதங்களையும் நெறிமுறையினையும் அறக்கட்டளை வகுக்கும். தம் சொந்தப் பயன்பாடு மட்டும் எந்தத் தடையும் இல்லாமல் வாலாயமாகவும் கட்டணமின்றியும் அனுமதிக்கப்பட வேண்டும். இதுவே ஏவி. மெய்யப்ப செட்டியார் முன்வைத்த தீர்வும் திட்டமுமாகும்.

இந்தத் திட்டத்தை ஏவி.மெய்யப்ப செட்டியார் ஆரம்பத்திலேயே முன்வைத்திருந்தால் ஒருவேளை பரிசீலிக்கப்பட்டிருக்கலாம். நாட்டுடைமையாக்கக் கிளர்ச்சி முற்றிவிட்ட நிலையில் மிகக் குறைந்தபட்ச விட்டுக்கொடுத்தலின் அடிப்படையில் தம் உரிமையை அவர் தக்கவைத்துக்கொள்ளும் முயற்சியாகவே இது பார்க்கப்பட்டது. ஒரு வெகுசன அரசாங்கம் இதை ஏற்றுக்கொள்ளக்கூடிய சூழல் இல்லை.

~~

பாரதியின் படைப்புகள் நாட்டுடைமையாவதில் தொடர்ந்து காலத் தாழ்வு ஏற்படுவதையும், அதனால் தமிழ்ப் பண்பாட்டுலகின் பொறுமையின்மைக்கு ஆளாகியிருந்ததையும் உணர்ந்த அவினாசிலிங்கம் செட்டியார், 'தனிப்பட்ட கலந்தாலோசனைகள் பயனளிக்காவிடில் பதிப்புரிமையை நீதிமன்றம் மூலமாகக் கையகப்படுத்தலாமா' *(Whether [copyright] could be acquired through court, if private negotiations fail?)* என்றும் 7–6–1948இல் எழுதிய அரசாணைக் குறிப்பில் கருதியிருந்திருக்கிறார்.

கோயம்புத்தூர் நீதிமன்றத்தில் ஏவி. மெய்யப்ப செட்டியார் தொடுத்த வழக்கு நிலுவையிலிருந்தது அரசாங்கத்தின் கையைக் கட்டிப்போட்டிருந்தது. பொதுமக்கள் பொறுமையிழந்துவந்ததாலும், பாரதியின் படைப்புகள் விரைவில் பொதுவுடைமையாக வேண்டும் என்று அவர்கள் விரும்பியதாலும் 'நீதிமன்றத்தின் தீர்ப்புக்காகக் காத்திராமல்' அவசர நடவடிக்கை எடுக்க வேண்டுமென அவினாசிலிங்கம் செட்டியார் முதலமைச்சரைத் தொடர்ந்து வற்புறுத்திவந்தார். ஆனால் ஓமந்தூர் இராமசாமி ரெட்டியார் இதற்கு இணங்கவில்லை. 'நீதிமன்றம் தீர்ப்பு வழங்கியதும் (பதிப்புரிமையை) வாங்குவதற்குரிய ஏற்பாடுகளைச் செய்க' *('make arrangements to purchase as soon as the court decides')* என்று அவர் அறிவுறுத்தினார்.

இதற்கிடையில், 1948 செப்டம்பர் வாக்கில் திருநெல்வேலியில் சுற்றுப்பயணம் மேற்கொண்டிருந்த தி.சு. அவிநாசிலிங்கம் செட்டியார், பாரதியின் மூத்த மகள் தங்கம்மாள் பாரதியைச் சந்தித்துப் பேசினார். ஒலிபரப்புரிமை மட்டுமே நீதிமன்ற வழக்குக்குரியதாக இருந்ததை நினைவூட்டிய தங்கம்மாள், விஸ்வநாத ஐயரிடமிருந்து வெளியீட்டு உரிமைகளைப் பெற உடனே நடவடிக்கை எடுக்க வேண்டும் என்று கேட்டுக்கொண்டார். பாரதியின் பதிப்புரிமை நாட்டுடைமையாவதில் செல்லம்மாவுக்கும் தங்கம்மாளுக்கும் இருந்த முனைப்பையும் விரைவுணர்ச்சியையும் இது காட்டுகிறது. பாரதியின் நேர் வாரிசுகளுக்கும் பாரதியின் தம்பிக்கும் இடையிலான பிளவை

இது சுட்டிக்காட்டுவதாகவும் கொள்ளலாம். மேலும், தமது வறிய நிலையைச் சுட்டிக்காட்டி, அரசாங்கத்தின் நிதி ஆதரவையும் தங்கம்மாள் வேண்டினார். பாரதி நூல்களின் பெருகிவந்த விற்பனையையும் தமது வறுமையினையும் செல்லம்மா சுட்டிக்காட்டியிருந்ததையும் முன்னரே கண்டோம். பாரதியின் மனைவியும் மக்களும் சிரமதசையில் இருக்க, பாரதி யின் படைப்புகளின் மூலமாய் வேறு சிலர் ஆதாயம் பெற்று வந்தது சட்டப்படி சரியே என்றாலும் ஓர் அற நெருக்கடியை அரசாங்கத்திற்கும், அமைச்சர்களுக்கும், பொது மக்களுக்கும் ஏற்படுத்தியது. மாதா வயிறெரிய மகேசுர பூஜை நடத்துவது என்ற பழமொழி அவர்கள் மனத்தில் ஓடியிருந்தால் ஆச்சரியப்படுவதற்கில்லை. பாரதி படைப்புகளின் நாட்டுடைமையாக்கம் என்ற அரசாங்க முடிவுக்கும், அம்முடிவின் பல கூறுகளுக்கும் இது அடிப்படையாக அமைந்தது.

~ ~

கோவை நீதிமன்றத்தில் ஏவி. மெய்யப்ப செட்டியார் தாம் அப்போது தயாரித்துவந்த *வேதாள உலகம்* என்ற திரைப்படத்தில் 'தூண்டில் புழுவினைப் போல்' என்ற பாடலைப் பயன்படுத்துவதாகவும், பாரதியின் பாடல்கள் பொதுச் சொத்து என்ற வாதம் 'விளையாட்டானதும் ஏற்றுக்கொள்ள முடியாததுமாகும்' (frivolous and untenable) என்றும், இழப்பீடாகப் பதினோராயிரம் வேண்டும் என்பதோடு டி.கே.எஸ். சகோதரர்கள் பாரதி பாடல்களைப் பயன்படுத்துவதற்கு நிரந்தரத் தடையாணையை (perpetual injunction) வழங்க வேண்டும் என்றும் கேட்டுக்கொண்டார்.

தமிழகத்தின் தலைசிறந்த கவிஞராகிய பாரதியின் பாடல்கள் மக்களுக்காக எழுதப்பட்டதால் அவை பொதுச் சொத்தாக ஆகிவிட்டன என்றும், அவை சாதாரணமான, வழமையான பதிப்புரிமைச் சட்டங்களுக்கு உட்பட்டவையல்ல என்றும் வாதிட்ட டி.கே.எஸ். சகோதரர்கள், பாரதி தம் பதிப்புரிமை முழுவதையும் பரலி சு.நெல்லையப்பருக்கு வாய்மொழியான உயில் மூலம் வழங்கிவிட்டதாகவும் வாதிட்டனர். மேலும் 1935ஆம் ஆண்டில் தாம் *மேனகா* என்ற திரைப்படத்தில் பாரதியின் தமிழ் மொழி வாழ்த்துப் பாடலையும், 1941இல் *குமாஸ்தாவின் பெண்* என்ற படத்தில் பாரதியின் சில பாடல்களையும் பயன்படுத்தியதாகவும், அச்சமயங்களில் ஜெய்சிங்லால் மேத்தாவோ, ஏவி. மெய்யப்ப செட்டியாரோ தடை சொல்லவில்லை என்பதையும் அவர்கள் பதிவு செய்தனர். பாரதி எழுதிய பல்லாயிரக்கணக்கான வரிகளிலிருந்து பன்னிரண்டு

வரிகளைப் பயன்படுத்துவதால் பதிப்புரிமை மீறப்பட்டுவிட்டதாக வாதி கூறுவது விந்தையானது என்றும் அவர்கள் வாதிட்டனர்.

இச்சமயத்தில், அரசாங்கம் கேட்டுக்கொண்டதற்கிணங்க, 28 ஆகஸ்டு 1948இல், ஏவி. மெய்யப்ப செட்டியார் கல்வித் துறைச் செயலருக்கு மூன்று ஆவணங்களைக் கையளித்தார். செல்லம்மா பாரதி மற்றும் ஹரிஹர சர்மா, சி. விசுவநாதன், நடராஜன் ஆகியோருக்கிடையில் 15 ஜூன் 1931இல் கையெழுத்தான ஒப்பந்தம், பாரதி பிரசுராலயத்திற்கும் ஜெய்சிங்லால் மேத்தாவுக்குமான 4 ஆகஸ்டு 1934ஆம் நாளிட்ட ஒப்பந்தம், ஜெய்சிங்லால் மேத்தாவும் ஏவி. மெய்யப்ப செட்டியாரும் 10 செப்டம்பர் 1946இல் செய்துகொண்ட ஒப்பந்தம் ஆகியனவே அவை.

இவ்வாவணங்களை அரசாங்கம் தனது வழக்குரைஞருக்கு *(Government Solicitor)* அனுப்பி அவருடைய ஆலோசனையைப் பெற்றது. 9 நவம்பர் 1948இல் அரசு வழக்குரைஞர் எச்.எம். ஸ்மால் பின்வருமாறு தம் கருத்துரையை வழங்கினார். சென்னை அரசாங்கம் கையகப்படுத்தக்கூடிய பதிப்புரிமை வரையறைக் குட்பட்டதாக இருக்கலாம் என்று அஞ்சிய ஸ்மால், இந்நிலையைத் தவிர்க்கும்பொருட்டுப் பாரதியின் நூல்கள் ஒவ்வொன்றும் எந்தக் காலத்தில், எந்த இடத்தில் வெளியாயின என்ற வரலாற்றை விரிவாக விசாரித்து அறிய வேண்டும் என்றார். மேலும், பாரதியின் குறிப்பிட்ட படைப்புகளுக்கு வெவ்வேறு நபர்களிடம் பதிப்புரிமை இருக்க வாய்ப்புள்ளதாதலால், அரசாங்கம் பாரதியின் படைப்புகளுக்குரிய மொத்த உரிமையினையும் கையகப்படுத்த விரும்பினால், அனைத்துப் பதிப்புரிமையாளர்களையும், பதிப்புரிமை கையளிக்கப்பட்டவர்களையும் *(assignees)* ஒன்று சேர்த்து ஒரே ஆவணத்தின் மூலமாக அரசாங்கத்திடம் பதிப்புரிமையை ஒப்புவிக்கச் செய்ய வேண்டும் என்று அறிவுறுத்தினார். அரசு வழக்குரைஞரின் கருத்துரை அரசாங்கத்தின் பல மாதக் குழப்பத்திற்கு முதல்முறையாகச் சரியான திசைவழியைக் காட்டியது என்றே சொல்ல வேண்டும்

இதன் பின்பு பாரதி படைப்புகளின் காப்புரிமையைக் கையகப்படுத்துவதற்கான நடவடிக்கைகள் மும்முரமாயின. திருநெல்வேலி மாவட்டத்தின் ஆட்சியர் பாரதி படைப்புகளின் வரலாற்றைப் பற்றிய தகவல்களைச் சேகரிக்குமாறு 10 ஜனவரி 1949இல் பணிக்கப்பட்டார். அதன்படி பல செய்திகள் தொகுக்கப்பட்டன.

திருநெல்வேலி தாசில்தார் கேட்டுக்கொண்டபடி செல்லம்மா பாரதியும் தங்கம்மாள் பாரதியும் 5 பிப்ரவரி 1949இல் ஒரு அறிக்கையை அவருக்கு அளித்தார்கள் (பின்னிணைப்பு iv.அ).

அதன் நகலை ஒரு முகப்புக் கடிதத்தோடு அவினாசிலிங்கம் செட்டியாருக்குச் செல்லம்மா பாரதி அனுப்பிவைத்தார். இந்த அறிக்கை மிக முக்கியமானது. 1910 முதல் 1918 வரை புதுச்சேரியிலிருந்து வெளியான பாரதியின் நூல்கள் ஒன்பதைப் பட்டியலிட்டு (*கண்ணன் பாட்டு, ஞானரதம், பாஞ்சாலி சபதம், தேசிய கீதங்கள் (நாட்டுப் பாட்டு), பாப்பா பாட்டு, முரசு, ஆறில் ஒரு பங்கு, கனவு, The Fox with the Golden Tail*), 'இந்த 9 புஸ்தகங்களும் புதுச்சேரியிலுள்ளவர்களுக்காவது இந்தியாவில் உள்ளவர்களுக்காவது, அவராலாவது எங்களாலாவது பதிப்புரிமை கொடுக்கப்படவில்லை. பாரதியாராலேயே, அவருடைய சொந்தச் செலவின் பேரிலேயே ஷை பாட்டுக்களும் கதைகளும் அச்சடிக்கப்பட்டது. ஆகையால் பிரசுர உரிமை எங்களுக்கே பாத்யப்பட்டது.' 1931இல் பாரதி பிரசுராலயத்திற்குப் பெரும்பாலான பாரதி படைப்புகளின் உரிமையை நாலாயிரம் ரூபாய்க்குக் கொடுத்துவிட்டதை அங்கீகரித்த செல்லம்மா பாரதி, பாரதியின் படைப்புகளுக்குரிய உரிமை அனைத்தையும் பாரதி பிரசுராலயத்திற்குப் பாரதியின் மனைவி மக்கள் அளித்துவிட்டனர் என்று அனைவரும் கருதிவந்த நிலையில், *ஆறில் ஒரு பங்கு, கனவு, The Fox with the Golden Tail* ஆகிய மூன்று நூல்களுக்குமான உரிமை தங்களிடமே இருந்ததென்பதை வற்புறுத்தியிருந்தார்.

பாரதியின் இளைய மகள் சகுந்தலா அப்பொழுது போர்னியோவில் வாழ்ந்துவந்த நிலையில் அவரிடமிருந்து எந்த அறிக்கையும் பெறப்பட்டதாகத் தெரியவில்லை. எட்டயபுரத்தில் வாழ்ந்துவந்த பாரதியின் தாய்மாமன் ரா. சாம்பசிவ ஐயரிடமும் விசாரணை நடத்தப்பட்டது. அவர் அளித்த சான்று புதிதாக எந்தச் செய்தியையும் தெரிவிக்கவில்லை. பல்வேறு ஊர்களிலிருந்து பாரதியின் கையெழுத்துப் படிகளைத் தேடித் திரட்டிய சி. விஸ்வநாத ஐயருக்கே அனைத்து விவரங்களும் தெரியக்கூடும் என்பது அவருடைய சான்றின் சாரம் (பிற்சேர்க்கை *iii* ஆ).

பாரதி படைப்புகளின் பதிப்பு வரலாறும், பதிப்புரிமை யாளர்கள் பதிப்புரிமையைப் பெற்ற முறையும் தெளிவானவுடன் அவர்களிடமிருந்து உரிமையைப் பெறுவதற்கான அரசாங்க நடவடிக்கைகள் அடுத்தடுத்து நடந்தேறின.

இந்த நிலையில் ஒருநாள் (மார்ச் 1949 முதல் வார அளவில்) இரவு ஏழு மணிக்கு ஒரு மோட்டார் சைக்கிள் தூதுவர் 'வெரி அர்ஜென்ட்' என்பதாக எட்டு மணிக்கு ஓமந்தூர் இராமசாமி ரெட்டியாரைச் சந்திக்குமாறு ஏவி. மெய்யப்ப செட்டியாருக்கு ஓர் ஓலையைக் கொணர்ந்தார். அவ்வாறே அரசினர் தோட்டத்திலிருந்த முதல்வரின் அதிகாரபூர்வ

இல்லமாகிய 'கூவம் ஹவு'ஸில் ஓமந்தூராரை அவர் கண்டார். பாரதி பாடல்களைப் பொதுச் சொத்தாக்க வேண்டும் என அரசாங்கம் முடிவெடுத்துள்ளதாகவும், உரிமையை அவர் தரவேண்டும் என்றும் பிரதமர் கேட்டார். பத்தாயிரம் ரூபாய்க்கு அதை வாங்கியதாக ஏவி. மெய்யப்ப செட்டியார் சொல்லவும், அரசாங்கம் தக்க இழப்பீடு கொடுக்கத் தயாராக இருப்பதாகப் பிரதமர்.

> நான் உடனே, ஒரு வினாடிகூட யோசிக்காமல், 'பாரதியார் பாடல்களின் உரிமையை இந்தக் கணமே அரசாங்கத்திற்கு 'டிரான்ஸ்பர்' பண்ணி விடுகிறேன். எனக்கு ஒரு ரூபாய்கூட வேண்டாம். எவ்விதப் பிரதிபிரயோசனமும் இன்றிக் கொடுக்கத் தயார்' என்று சொல்லிவிட்டேன்.

என்று ஏவி. மெய்யப்ப செட்டியார் நினைவுகூர்கிறார்.[22] இச்சந்திப்பின் அடிப்படையில் 11 மார்ச் 1949இல் அவர் அரசாங்கத்திற்கு ஒரு கடிதம் எழுதிக் கொடுத்தார்.

பாடல்களின் ஒலிப்பதிவு உரிமையைத் தம்மிடமே தக்க வைத்துக்கொள்வதற்கு எடுத்த நீதிமன்ற நடவடிக்கைகள், பண்பாட்டுப் பிரமுகர்களின் கோரிக்கைகளுக்குச் செவி சாய்க்காமல் ஓராண்டுக்கு மேல் காலம் கடத்தியமை முதலான எந்தச் செய்தியினையும் ஏவி. மெய்யப்ப செட்டியார் நினைவுகூர்ந்து பதியவில்லை என்பது குறிப்பிடத் தகுந்தது. ஓமந்தூரார் ஏவி. மெய்யப்ப செட்டியாரை நேரில் அழைத்தது என்பது ஒரு தீர்மானமான நடவடிக்கையாகும். பாரதி படைப்புகளை அரசாங்கம் எப்படியேனும் கையகப்படுத்துவது என்ற உறுதி இதில் பொதிந்திருந்தது. அரசு ஆவணங்களில் இது பற்றிய குறிப்பு இல்லையென்றாலும், தேவைப்பட்டால் இதற்காக ஓர் அவசரச் சட்டத்தைப் பிறப்பிக்கும் எண்ணமும் அவர் கொண்டிருந்தார் என்ற நாரண. துரைக்கண்ணனின் பதிவு நினைவில் கொள்ளத்தக்கது (பின்னிணைப்பு *XI*). இந்த நிலையில் மாநிலத்தின் முதலமைச்சரே நேரில் அழைத்துக் கேட்ட பிறகு அவரது வேண்டுகையைத் தட்ட முடியாத நிலையில், இவ் விவகாரத்திலிருந்து ஒரு பெரும்போக்கினராக வெளிப்படும் வகையில் பணம் பெறாமல் உரிமையைப் பட முதலாளியான ஏவி. மெய்யப்ப செட்டியார் விட்டுக்கொடுத்தார் என்று கொள்ளலாம்.

பாரதி பாடல் ஒலிபரப்புரிமையை அரசாங்கத்தைப் பகைத்துக்கொள்ள முடியாத நிலையில் விட்டுக்கொடுத்த ஏவி. மெய்யப்ப செட்டியார், அதைப் பணம் பெற்றுக் கொள்ளாமல் இலவசமாகக் கொடுத்ததின் மூலம் தமக்கும் தம் கம்பெனிக்குமான நற்பெயருக்கு *(goodwill)* முதலீடாக மாற்றிக்கொண்டார். நற்பெயர்

என்பது ஒரு தொழிலமைப்புக்குச் சொத்திருப்பு (asset) என்பதையும், பாரதி பதிப்புரிமையைப் பணம் வாங்காமல் விட்டுக்கொடுத்தவர் என்ற நற்பெயர் ஏவி. மெய்யப்ப செட்டியாருக்கு இன்றுவரை நிலவுகிறது என்பதையும், இந்தச் செய்தியைப் பரப்புவதில் ஏவி. எம். நிறுவனம் தொடர்ந்து முனைப்புக் காட்டிவருகிறது என்பதையும் இங்கு மனங்கொள்ள வேண்டும்.

ஏவி. மெய்யப்ப செட்டியார் தம்மிடமிருந்த ஒலிபரப் புரிமையை அரசாங்கத்திற்குக் கைமாற்றித் தந்தது மிகச் சீராக நடைபெற்றது. உரிய ஆவணங்கள் கோயம்புத்தூர் நீதிமன்றத்தில் கையளிக்கப்பட்டிருந்ததால் அவற்றை அரசாங்கத்திற்கு ஒப்படைப்பதில் காலத்தாழ்வு ஏற்படுவதை 25 மார்ச் 1949இல் கல்வித் துறைச் செயலருக்கு எழுதிய கடிதத்தில் அவர் தெரிவித்தார்.

வழக்கில் சமரசம் ஏற்பட்டு, திரும்பப் பெறப்பட்டதைத் தொடர்ந்து உரிமைக் கைமாற்றலுக்கான ஆவணத்தைப் பதியத் தயாராக இருப்பதாக 2 ஜூன் 1949இல் கல்வித் துறைச் செயலருக்கு ஏவி. மெய்யப்ப செட்டியார் எழுதினார். 8 ஜூன் 1949இல் மயிலாப்பூர் சார் பதிவாளர் அலுவலத்தில், பாரதி பாடல் ஒலிபரப்புரிமையைக் கைமாற்றும் கொடை ஆவணத்தை (deed of absolute gift) சென்னை மாநிலத்தின் மேதகு ஆளுநருக்குப் பதிந்து கொடுத்தார். ஜூன் 8ஆம் நாள் பத்திரம் பதியப்பெற்றாலும் 12 மார்ச் 1949 முதல் செல்லத்தக்கதாக முன்தேதியிட்டு அதன் ஷரத்துகள் அமைந்திருந்தன.[23] இவ்வொப்பந்தப் பதிவிற்கு முத்திரை வரியிலிருந்து விலக்கு அளிக்கப்பட்டது.

திரைப்படத் துறையின் பணத்தில் புரண்ட சாமர்த்தியமான வியாபாரியாகப் பார்க்கப்பட்ட ஏவி. மெய்யப்ப செட்டியார் தமக்கேற்பட்ட நெருக்கடியிலிருந்து சாதுரியமாக மீண்டார்.

சி. விஸ்வநாத ஐயரின் நிலையோ வேறாக இருந்தது. பாரதி பிரசுராலயம் பற்றிப் பல மனக்குறைகள் இருந்தாலும் அதற்கெதிராக இயக்கம் கூர்மை பெறவில்லை. ஆனால், அது பதிப்புரிமையினை வைத்திருந்த சி. விஸ்வநாத ஐயரையும் விரைவில் உள்வாங்கிக்கொண்டது. பாரதி விடுதலைக் கழகத்தின் கிளர்ச்சி முடிந்த ஓராண்டுக்குப் பின் சி. விஸ்வநாத ஐயர் பின்வருமாறு நினைவுகூர்ந்தார்: 'நான் முதல் நம்பர் பொது எதிரியாகக் கருதப்பட்டேன். மேடைகளிலும் பத்திரிகைகளிலும் அவ்வாறே நடத்தப்பட்டேன். பாரதியின் படைப்புகளை விற்று, அந்த வருமானத்தில் உடல் கொழுத்த ராட்சசனாகச் சித்தரிக்கப்பட்டேன்.' தன் பக்க நியாயத்தை விரிவாக முன்வைத்த அவர், 'ஏகபோகத்தைக் கைக்கொண்டு இலாபம் ஈட்டினேன்

என்ற குற்றச்சாட்டு ஏற்புடையதா?' எனவும் கழிவிரக்கத்தோடு வினவினார்.[24] பாரதியின் குடும்பத்தைத் தேடிச் சென்று அவர்களுடைய ஒப்புதலைப் பெற்ற பாரதி விடுதலைக் கழகத்தினர், சம்பிரதாயமாகக்கூடத் தம்மைச் சந்தித்து, நாட்டுடைமையாக்கக் கோரிக்கைக்கு தம் ஆதரவைப் பெற முயலவில்லை என்ற மனக்குறை சி. விஸ்வநாத ஐயருக்கு இருந்திருக்கிறது.

எளிய பள்ளிக்கூட ஆசிரியரான சி. விஸ்வநாத ஐயருக்கு ஏவி. மெய்யப்ப செட்டியாரின் திறமை இருந்ததாகத் தெரிய வில்லை என்பது மட்டுமன்றி, அவருக்குப் பணம் இல்லாமல் தம் உரிமையை விட்டுக்கொடுக்கக் காரணமும் இல்லை, வசதி வாய்ப்பும் இல்லை. பதினைந்தாயிரம் ரூபாய் மறுபயனுக்காகத் (consideration) தம்மிடமிருந்த பாரதி பதிப்புரிமை முழுவதையும் அரசாங்கத்திற்கு மாற்றித் தர அவர் இசைந்தார். இது மட்டு மல்லாமல், முற்றிலும் எதிர்பாராதவிதமாக, தம்மிடமிருந்த பாரதியின் கையெழுத்துப் படிகள் முழுவதையும் அரசாங்கத் திற்கே கொடையாகத் தந்துவிடுவதாகவும் விஸ்வநாத ஐயர் ஒரு ஒப்புதல் கடிதத்தை 12 மார்ச் 1949இல் எழுதிக் கொடுத்தார். ஏறத்தாழக் கால் நூற்றாண்டாகத் தாம் ஈடுபட்ட ஒரு வினைப் பாட்டை வலுக்கட்டாயமாக உரிமைக் கைமாற்றம் செய்துதர வேண்டிய நிலையில் அவர் இருந்தார். கையெழுத்துப் படிகளை அன்பளிப்பாக ஒப்படைத்து விடுவது என்பது கைப்பு நிலையில் எடுத்த முடிவாகவே தோன்றுகிறது.

1949 மார்ச் இரண்டாம் வார அளவில் சி. விஸ்வநாத ஐயர், ஏவி. மெய்யப்ப செட்டியார் ஆகியோருடனான அரசாங்கச் சந்திப்புகள் நிகழ்ந்திருக்கலாம் எனக் கணக்கிட முடிகிறது. அரசாங்கம் விரும்பியவாறு இப்பேச்சுவார்த்தைகள் முடிவுற்ற நிலையில் சென்னை மாகாணச் சட்டமன்றத்தில் 12 மார்ச் 1949இல் கல்வி அமைச்சர் தி.சு. அவினாசிலிங்கம் செட்டியார் அறிவிப்பைச் செய்தார். 'நவீனத் தமிழ் மறுமலர்ச்சியின் மகாகவிஞனின் படைப்புகளை அரசுடைமையாக்கிப் பொது மக்கள் பரவலாகப் பயன்படுத்தவும், கூடுமான அளவு குறைந்த விலையில் அவற்றை வெளியிடவும்' அரசாங்கம் முடிவெடுத்திருப்பதாக உறுப்பினர்களின் பேராரவாரத்தின் இடையே அவர் அறிவித்தார்.

பாரதியின் படைப்புகள் தனிமனிதர்களின் கையிலிருந்து மீட்டு மக்களுடைமை ஆவதற்கான ஓராண்டுக்கும் மேற்பட்ட கிளர்ச்சி இவ்வறிவிப்பு மூலம் முடிவுக்கு வந்தது.

பாரதியின் மனைவியும் மக்களும் தம் உரிமைகளை முழுவதுமாக முன்னரே ஈந்துவிட்ட நிலையில் பாரதி

படைப்புகளின் பதிப்புரிமை அரசுடைமை ஆனதில் சட்டப்படி அவர்களுக்கு நேரிடையாக எந்தப் பங்கும் இல்லை. இருப்பினும், பாரதியின் சொந்தக் குடும்பம் என்ற முறையிலும், தொடர்ந்து செல்வமற்ற வாழ்க்கையை வாழ்ந்துவந்ததாலும் அவர்களுக்கும் ஏதேனும் ஒரு தொகை வழங்க வேண்டும் என்ற நெருக்கடி அரசாங்கத்திற்கும், அரசுடைமையாக்க வேண்டும் என்று இயக்கம் நடத்திய பண்பாளர்களுக்கும் இருந்தது. மேலும், பாரதி படைப்புகள் பொதுச் சொத்தாக வேண்டும் என்ற கோரிக்கைக்குச் செல்லம்மா பாரதியும் அவருடைய மக்களும் அளித்த ஆதரவு, அக்கோரிக்கைக்குப் பெரும் தார்மீக வலுவைத் தந்தது என்பதையும் நினைவில் கொள்ள வேண்டும். தி.சு. அவினாசிலிங்கத்தின் சட்டமன்ற அறிவிப்பில் இவர்களுக்கு வழங்கப்படும் பரிவுத் தொகை பற்றிப் பேச்சில்லை என்பது குறிப்பிடத்தக்கது. கல்வி அமைச்சரைத் தங்கம்மாள் பாரதி நெல்லையில் சந்தித்தபொழுது பண ஆதரவு தரவேண்டுமென்று அவரிடம் கேட்டுக்கொண்டதையும் இங்கு நினைவு கூர்வோம்.

இந்நிலையில், சி. விஸ்வநாத ஐயரோடும் ஏவி. மெய்யப்ப செட்டியாரோடும் கலந்தாலோசித்துவந்த அதே நாள்களில் 'பாரதியின் மனைவியும் இரு மகள்களும் வைத்திருக்கக்கூடிய உரிமையை விலைக்கு வாங்குவதற்கு அல்லது கொடையாகக் கொடுப்பதற்கு 5,000 ரூபாய் வீதம் பதினையாயிரம் ரூபாய் ஒப்புதல் செய்யப்பட வேண்டும்' என்றும், இவ்வொப்புகைக்கு 'அவசர முறை' பின்பற்றப்பட வேண்டும் என்றும் தி.சு அவினாசிலிங்கம் செட்டியார் குறிப்பெழுதினார். எவ்வகையிலும் பாரதியின் மனைவி மக்கள் ஆதாயம் பெற வேண்டும் என்ற அவருடைய நல்லெண்ண முனைப்பு இதில் வெளிப்படுகின்றது. நிதி அமைச்சர் பி. கோபால ரெட்டியும், ஓமந்தூராரும் இதற்கு உடனே ஒப்புதல் அளித்தனர். எஞ்சிய பதிப்புரிமைகள் *(residual rights)* என்று ஏதாவது இருந்தால் அவற்றுக்கு இது ஈடாகும் என்ற தர்க்கத்தின் அடிப்படையில் அதிகாரிகளும் இதற்குத் தடை சொல்லவில்லை. பாரதியின் அனைத்துப் படைப்புகளுக்கும் முழு அச்சு வெளியீட்டு உரிமை பெற்றிருந்த சி. விஸ்வநாத ஐயருக்கு வழங்கப்பட்ட அதே தொகை பாரதியின் குடும்பத்தினர்க்கும் வழங்கப்பட்டது என்பது மனங்கொள்ள வேண்டிய முக்கியச் செய்தி. சென்னை அரசாங்கம் அவினாசிலிங்கம் செட்டியாரின் உந்துதலில் பெருந்தன்மையோடு நடந்துகொண்டது என்பதில் தடையில்லை.

இந்தத் தொகையை வழங்குவதற்கு முன், அவர்களிடம் ஏதேனும் பதிப்புரிமை இருந்தால் அவற்றை அரசாங்கத்திடம் ஒப்படைக்கும் கடிதம் ஒன்றைப் பெறுமாறு திருநெல்வேலி

மாவட்ட ஆட்சியர் பணிக்கப்பட்டார். பாரதி குடும்பத்தினர்க்கு வழங்க வேண்டிய தொகையை உடனடியாகக் கொடுத்துவிட வேண்டுமென அவருக்குத் தந்தியும் அனுப்பப்பட்டது.

அவ்வாறே 1 மே 1949இல், செல்லம்மா பாரதியும் தங்கம்மாள் பாரதியும், 'கவி பாரதியாருடைய கவிதைகளிலும் கிருதிகளிலுமுள்ள எங்களுக்குறிய எல்லா விதமான சகலமான உரிமைகளையும் மதராஸ் கவர்மெண்டாருக்குக் கொடுத்து விட்டோம்' என்று எழுதிக்கொடுத்தனர்.[25]

பாரதியின் இளைய மகள் சகுந்தலா தம் கணவருடன் புருனை நாட்டில் இருந்ததால் அவரிடம் ஒப்புதல் கடிதம் பெறவும், பணம் கொடுக்கவும் மேலும் சில மாதங்களாயின. 21 ஜூலை 1949இல் பக்தவத்ஸலம் அவர்களுக்குச் சகுந்தலா எழுதிய கடிதத்தில், தமக்குரிய பணத்தை இந்தியன் வங்கியின் தியாகராய நகர் கிளையில் தம்முடைய கணக்கில் போட்டு வைக்குமாறு கேட்டுக்கொண்டார். தமது அன்னையும் தமக்கையும் எழுதிக்கொடுத்த அதே உரிமை மாற்றல் வாசகங்களைச் சகுந்தலா பாரதியும் அரசாங்கத்திற்கு 18 அக்டோபர் 1949இல் எழுதிக் கொடுத்தார்.[26]

தாகூர் கதைகள்: பாரதி மொழிபெயர்ப்புரிமை

இங்கே ஒழிபியலாகப் பாரதி செய்த தாகூர் கதை மொழிபெயர்ப்புகளின் பதிப்புரிமை விவகாரத்தைப் பார்ப்போம். பாரதி படைப்புகளை அரசுடைமையாக்கும் அறிவிப்பைக் கல்வி அமைச்சர் சட்டமன்றத்தில் அறிவித்த பத்து நாளளவில், அவருக்கு மண்டயம் ஸ்ரீநிவாஸாச்சாரி (1876 – 1968) ஒரு கடிதம் அனுப்பினார்.[27]

மண்டயம் குடும்பத்தினருக்கும், முக்கியமாக ஸ்ரீ.ஸ்ரீ. ஆசார்யா என்ற ஸ்ரீநிவாஸாச்சாரிக்கும் பாரதிக்கும் இடையே நெருங்கிய நட்பும் உறவும், தேசிய இயக்கச் செயல்பாடுகள் சார்ந்த தொடர்பும் இருந்தன. பாரதியின் *இந்தியா* வார இதழின் உரிமையாளர்களும் மண்டயம் குடும்பத்தினரே. புதுச்சேரியிலிருந்து *இந்தியா* 1908–1910ஆம் ஆண்டுகளில் வெளிவந்தபொழுது அதன் உரிமையாளராக இருந்தவர் மண்டயம் ஸ்ரீநிவாஸாச்சாரி. மேலும், வ.உ.சி. நடத்திய சுதேசி ஸ்டீம் நாவிகேஷன் கம்பெனி என்ற கப்பல் கம்பெனியில் ஒரு லட்சம் ரூபாய்க்கு மேல் இவரும் இவர் குடும்பத்தினரும் முதலீடு செய்திருந்தனர். அரவிந்தர் புதுச்சேரியில் புகலிடம் தேடியபொழுது அவருக்கு முதலில் வீடு பார்த்துக்கொடுத்தல் முதலான உதவிகளையும் செய்தவர் இவரே. பாரதியின் பேரன்புக்கு உரியவராக விளங்கி, *பாரதி நினைவுகள்* என்ற

நூலை எழுதிய யதுகிரி அம்மாள் ஸ்ரீநிவாஸாச்சாரியின் மகள் என்பதும் குறிப்பிடத் தகுந்தது.

1910இல் *இந்தியா, விஜயா* ஆகிய இதழ்களை அரசாங்கம் தடை செய்ததன் விளைவாக இவற்றை இழுத்து மூட வேண்டிய கட்டாயம் ஏற்பட்டது. இவ்விதழ்களைத் தம் சொந்த அச்சகத்திலேயே ஸ்ரீநிவாஸாச்சாரி அச்சிட்டுவந்தார். அரசாங்கத் தடைக்குப் பிறகு அச்சகத்தையும் மூடி, அச்சுப் பொறியினையும் பிற அச்சகத் தளபாடங்களையும் வந்த விலைக்கு விற்க வேண்டிய நிலைக்கு அவர் தள்ளப்பட்டார்.

வ.உ.சி. கைதாகி, சிறைத் தண்டனை பெற்றதைத் தொடர்ந்து சுதேசிக் கப்பல் கம்பெனியும் முடங்கி, நொடிந்துவிட்டது. ஸ்ரீநிவாஸாச்சாரியும் அவர் குடும்பமும் செய்த முதலீடு முழுவதும் முழுகிப்போனது. பாரதி, வ.வே.சு. ஐயர், அரவிந்தர் முதலான சுதேசி இயக்கப் பிரமுகர்களோடு புதுச்சேரியில் நெருக்கமாக உறவு கொண்டிருந்தவர் என்ற முறையில் பிரிட்டிஷ் காவல் துறையின் தொடர் கண்காணிப்பிலும் அவர் இருந்தார்.

பாரதியின் புதுச்சேரி வாழ்க்கையின் இறுதிக் கட்டத்தில் ரவீந்திரநாத தாகூரின் எட்டுக் கதைகளைப் பாரதியைக் கொண்டு தமிழாக்கி வேறு சிலரின் மொழிபெயர்ப்புகளோடு இரண்டு பாகங்களாகத் தாகூர் கதைகளை இந்தியப் பதிப்புச் சாலை என்ற பதிப்பகத்தின் பெயரில் 1919–20ஆம் ஆண்டளவில் ஸ்ரீநிவாஸாச்சாரி வெளியிட்டிருந்தார். இக்கதைகளை மொழிபெயர்ப்பதற்குப் பாரதிக்கு ஊதியத்தையும் அவர் கொடுத்திருந்தார். இரண்டு பதிப்புகள் வெளியிட்டு அவை விற்றுத் தீர்ந்த பின்னர் இரண்டு கதைகளை மட்டும் ('பத்திராதிபர்', 'ஆசாபங்கம்') இரு சிறுநூல்களாகக் கமல நிலையம் என்ற பதிப்பகத்தின் பெயரில் சென்னை திருவல்லிக்கேணியிலிருந்து 1937இல் அவர் மறுவெளியீடு செய்திருந்தார். பாரதி செய்த மொழிபெயர்ப்புகளின் முழு உரிமை இவரிடமிருந்த நிலையில் பாரதி பிரசுராலயம் வெளியிட்ட வகைதொகைப்படுத்திய பாரதி நூல்களில் தாகூர் கதை மொழிபெயர்ப்புகள் இடம்பெறவில்லை.

பாரதி படைப்புகளின் காப்புரிமை அரசுடைமை ஆன நிலையில் தாகூர் கதைகளின் பாரதி மொழிபெயர்ப்புகளின் உரிமையினைத் தம்மிடமிருந்து விலைகொடுத்து வாங்க முடியுமா என்று ஸ்ரீநிவாஸாச்சாரி அரசாங்கத்தை வினவினார். கல்வி அமைச்சர் நேர்முகம் அளிக்க விரும்பினால் நேரிலேயே தமது நிலையை விளக்க முடியும் என்றும் அவர் 23 மார்ச் 1949இல் கடிதம் எழுதினார்.

ஸ்ரீநிவாஸாச்சாரியின் கூற்றுகளைப் பற்றி சி. விஸ்வநாத ஐயரை அரசாங்கம் உசாவியது. ஸ்ரீநிவாஸாச்சாரி கூறும் செய்திகள் உண்மையே என்பதை உறுதிப்படுத்திய விஸ்வநாத ஐயர், பாரதியின் நேர் வாரிசுகளிடமிருந்து மட்டுமே தாம் பதிப்புரிமைகளைப் பெற்றதால் தாகூர் கதை மொழிபெயர்ப்புரிமை அதில் அடங்கவில்லை என்றும், ஸ்ரீநிவாஸாச்சாரியிடமிருந்து மொழிபெயர்ப்புரிமையை வாங்கலாமா என்ற முடிவை எடுக்க வேண்டியது அரசாங்கத்தைச் சார்ந்தது என்றும், இதைப் பற்றிக் கருத்துக்கூற ஒன்றுமில்லை என்றும் 8 ஏப்ரல் 1949இல் பதிலிறுத்தார்.

இதன் அடிப்படையில் தாகூர் கதை மொழிபெயர்ப்புகளை அனுப்புமாறு ஸ்ரீநிவாஸாச்சாரிக்கு அரசாங்கம் எழுதிக் கேட்டது. மேலும் இதைப் பற்றிப் பொதுக் கல்வித் துறையின் இயக்குநருக்கு எழுதிக் கேட்டதில் பள்ளி மாணவர்களுக்குத் துணைப்பாடமாக வைக்க இக்கதைகள் ஏற்றவை என்று அவர் கருத்தறிவித்தார்.

இந்தப் பின்னணியில், மொழிபெயர்ப்புரிமையைக் கைமாற்றித் தருவதற்கு என்ன தொகை எதிர்பார்க்கிறார் என்று அரசாங்கம் ஸ்ரீநிவாஸாச்சாரியை உசாவியது. 10 ஆகஸ்டு 1949இல் இதற்கு ஒரு நீண்ட பதிலை அவர் அனுப்பினார். இந்திய விடுதலைப் போராட்டத்தில் தாம் ஆற்றிய பங்கையும், அனுபவித்த துன்பங்களையும், அடைந்த நட்டத்தையும், பாரதியின் கடைசி பன்னிரண்டாண்டுக் கால வாழ்விலும் வளர்ச்சியிலும் தமக்கிருந்த பங்கையும் விரிவாக எடுத்துரைத்த ஸ்ரீநிவாஸாச்சாரி, பத்தாயிரம் ரூபாய் வேண்டும் என்ற தம் எதிர்பார்ப்பை வெளியிட்டார். தாம் ஆற்றிய நாட்டுப் பணிக்கும் மொழிப் பணிக்கும் இது ஓர் அங்கீகாரமாகும் என்றும் அவர் நயந்துரைத்தார். பாரதி மொழிபெயர்ப்புகளின் வணிக மதிப்பு பத்தாயிரம் ரூபாய்க்கும் மேலிருக்கும் என்று வாதிட்ட ஸ்ரீநிவாஸாச்சாரி, தாம் எழுபத்தைந்து வயது முதியவர் என்பதனாலேயே அவற்றை வெளியிட்டு ஆதாயம் பெற முடியவில்லை என்றும் தெரிவித்தார்.

பாரதியின் ஏறத்தாழ மொத்தப் பதிப்புரிமையினையும் வாங்க சி. விஸ்வநாத ஐயருக்குப் பதினைந்தாயிரம் ரூபாயே வழங்கப்பட்டிருக்க, சில கதைகளின் மொழிபெயர்ப்புக்காக ஸ்ரீநிவாஸாச்சாரி பத்தாயிரம் ரூபாய் எதிர்பார்ப்பது மிக அதிகம் *(exorbitant)* என்று பொதுக் கல்வித் துறை இயக்குநர் கருதினார். இத்தொகையை அடாதது *(preposterous)* என்று கருதிய ஓர் அதிகாரி ஓராயிரம் ரூபாய் தரலாம் என்றார். மற்றொருவர் இரண்டாயிரத்து ஐந்நூறு என்ற தொகையைக் குறிப்பிட்டார்.

இவை வெறும் மொழிபெயர்ப்புகளே என்று கருதிய நிதி அமைச்சர் பி. கோபால ரெட்டி, இவற்றின் மொழிபெயர்ப் புரிமையைக் கையகப்படுத்தாததால் எந்த இழப்பும் இல்லை (*'Nothing is lost'*) என்றதோடு, 'காப்புரிமையைக் கையகப்படுத்தும் வேலையை நிறுத்திக்கொள்ள வேண்டும்' (*'We must stop this acquiring copyright business once for all'*) என்று சற்றுக் கடுமையாகவே குறிப்பாணையை எழுதினார். பாரதியின் அருமையையும் பெருமையையும் கோபால் ரெட்டி அறிந்தவர் என்று கொள்ள இது இடம் தரவில்லை.

இந்த விவகாரம் பரிசீலிக்கப்பட்ட அரசாணையில் ஓர் அதிகாரி சரியாகவே குறிப்பிட்டது போல் இதன் தொடர்பில் அரசாங்கத்தின் கொள்கை, உணர்வுகளோடு தொடர்புடையது (*'Government's policy [is] based on sentiment'*). இருப்பினும் இது நிதி சார்ந்த அழுத்தங்களை மீறி எல்லாக் கட்டங்களிலும் செயல்படவில்லை என்பது ஒருதலை.

கிடைக்கின்ற ஆவணங்களின் அடிப்படையில் பார்க்கும் பொழுது தாகூர் கதைகளுக்கான பாரதியின் மொழிபெயர்ப்புக் கான உரிமையை அரசாங்கம் கையகப்படுத்தவில்லை என்பது தெளிவு. 1950களிலிருந்து அவற்றை அமுத நிலையம் தனி நூலாக வெளியிட்டு வந்தது. பாரதி மறைந்த ஐம்பதாண்டுகளுக்குப் பிறகு, அன்றைய காப்புரிமைச் சட்டப்படி, 1971இல் பதிப்புரிமை தீர்ந்து பொது வெளிக்கு (*public domain*) இயல்பாக வந்திருக்கும் என்று சொல்லலாம். இவ்வாறே வேறு சில பாரதி படைப்பு களும் விடுபூக்களாக அரசாங்கத்தால் பதிப்புரிமை கையகப் படுத்தப்படாமல் 1971இல் உரிமை தீரும்வரை இருந்திருக்கின்றன.

சான்றுக் குறிப்புகள்

1 C. Visvanathan, 'Service or Profiteering?'

2 எதிரொலி விசுவநாதன், *பாரதிக்கு விடுதலை*, சேகர் பதிப்பகம், சென்னை, 1972, ப. 70.

3 ப. ஜீவானந்தம், *பாரதி வழி*, என்.சி.பி.எச், சென்னை, முதல் பதிப்பு. 1964, 6ஆம் பதிப்பு, 1993, ப. 45–6.

4 ப. ஜீவானந்தம், *பாரதி வழி*, ப. 46.

5 ப. ஜீவானந்தம், *பாரதி வழி*, ப. 46.

6 எதிரொலி விசுவநாதன், *பாரதிக்கு விடுதலை*, ப. 80.

7 தி.க. சண்முகம், *எனது நாடக வாழ்க்கை*, வானதி பதிப்பகம், சென்னை 3ஆம் பதிப்பு, 1986, ப. 538.

8. G.O. No. 2467, Education & Public Health, 2.8.1949.
9. எதிரொலி விசுவநாதன், *பாரதிக்கு விடுதலை*, ப. 70–1.
10. மேலது, ப. 71–2.
11. *பிரசண்ட விகடன்*, 1955 (பின்னிணைப்பு xi): எதிரொலி விசுவநாதன், *பாரதிக்கு விடுதலை*, ப. 81.
12. எதிரொலி விசுவநாதன், *பாரதிக்கு விடுதலை*, ப. 82. அடுத்த மூன்று பத்திகளுக்கான ஆதாரம்: தி.க. சண்முகம், *எனது நாடக வாழ்க்கை*, ப. 538–41.
13. எதிரொலி விசுவநாதன், *பாரதிக்கு விடுதலை*, ப. 82.
14. தி.க. சண்முகம், *எனது நாடக வாழ்க்கை*, ப. 540.
15. எதிரொலி விசுவநாதன், *பாரதிக்கு விடுதலை*, ப. 83–4. இக்கடிதத்தின் நகலைத் தமக்குக் கொடுத்தவர் நாரண.துரைக் கண்ணன் என்று எதிரொலி விசுவநாதன் என்னிடம் தெரிவித்தார்.
16. தி.க. சண்முகம், *எனது நாடக வாழ்க்கை*, ப. 541.
17. G.O. No. 2467, Education & Public Health, 2-8-1949.
18. G.O. No. 2467, Education & Public Health, 2-8-1949.
19. எதிரொலி விசுவநாதன், *பாரதிக்கு விடுதலை*, ப. 81.
20. இனி வரும் பகுதிகள் முழுவதும் G.O. No. 2467, Education & Public Health, 2-8-1949 என்ற அரசாணையை ஆதாரமாகக் கொண்டு எழுதப்பட்டுள்ளன. வேறு ஆதாரம் காட்டப்படாதவரையில் இதனையே ஆதாரமாகக் கொள்க.
21. ஏவி. மெய்யப்ப செட்டியார் அரசாங்கத்திற்கு எழுதிய கடிதத்தின் முழு வடிவத்திற்குப் பின்னிணைப்பு *iii*ஐக் காண்க.
22. ஏவி.எம்., *எனது வாழ்க்கை அனுபவங்கள்*, ஏவி. எம். அறநிலையம், சென்னை, 2000 (முதல் பதிப்பு: 1974), ப. 93.
23. இந்த ஆவணத்தின் ஒளிநகலை ஏவி. மெய்யப்ப செட்டியாரின் *எனது வாழ்க்கை அனுபவங்கள்* நூலில் காணலாம்.
24. C. Visvanathan, 'Service or Profiteering?'
25. G.O. No. 963, Education & Public Health, 4-4-1949.
26. G.O. No. 2781, Education & Public Health, 5-9-1949.
27. இந்தப் பகுதி முழுவதும் G.O. No. 3421, Education, 8-11-1949 என்ற அரசாணையை ஆதாரமாகக் கொண்டு எழுதப்பட்டது.

3

அரசுடைமையும் நாட்டுடைமையும்

கல்வி அமைச்சரின் சட்டமன்ற அறிவிப்போடு பாரதி பதிப்புரிமை விவகாரம் முடிந்துவிடவில்லை. கோவை நீதிமன்றத்தில் நிலுவையிலிருந்த காப்புரிமை மீறல் வழக்கு; காப்புரிமையை அரசாங்கத்திற்குக் கைமாற்றல்; பாரதி குடும்பத்தினர் மற்றும் பிறரிடம் எஞ்சி இருந்த காப்புரிமை; காப்புரிமைக்கு ஈடான விலைத் தொகை; கையிருப்பில் இருந்த பாரதி நூல்களை விற்றுத்தீர்த்தல்; அரசுடைமைக்குப் பின்னரான நூல் வெளியீடு; அதிகாரபூர்வமான பாரதி நூற்பதிப்பு எனப் பல விடயங்கள் எஞ்சி இருந்தன.

டி.கே.எஸ். சகோதரர்கள்மீது ஏவி. மெய்யப்ப செட்டியார் தொடர்ந்த காப்புரிமை மீறல் வழக்கு நீதிமன்றத்திற்கு வெளியே தீர்த்துக்கொள்ளப் பட்டதாக அறிவிக்கப்பட்டு ஒரு சமரச உடன் படிக்கை 25 மார்ச் 1949இல் கைச்சாத்தானது. அவ்வுடன்படிக்கையின் முக்கியக் கூறுகளாவன:

- ஏவி. மெய்யப்ப செட்டியாரின் (வாதி) காப்புரிமையை டி.கே.எஸ். சகோதரர்கள் (பிரதிவாதி) அங்கீகரிப்பர்.

- 'தூண்டில் புழுவினைப் போல்' பாடலைப் பிரதிவாதிகள் பயன்படுத்திக்கொள்ள பின்தேதியிட்டு வாதி அனுமதி வழங்குவார்.

- இனிமேல் எந்தவித நடவடிக்கையையும் ஒருவர் மீது மற்றவர் எடுக்கத் தலைப்பட மாட்டார்கள்.
- வழக்குத் தொடர்பான அவரவர் செலவுகளை வாதியும் பிரதிவாதியும் ஏற்றுக்கொள்வர்.
- சமரசம் ஏற்பட்டுவிட்டதை வாதி நீதிமன்றத்திற்கு அறிவித்து, வழக்கைத் திரும்பப் பெற்றுக்கொள்வார்.

இதன்படி 11 ஏப்ரல் 1949இல் கோவை மாவட்ட நீதிபதி சையது இமாமுதீன் சாகிபு முன்னர் முறைப்படி இவ்வழக்கு திரும்பப் பெற்றுக்கொள்ளப்பட்டது.

இந்த சமரச உடன்படிக்கைக்குக் கட்டியங் கூறும் முகமாக, ஏவி. மெய்யப்ப செட்டியார் ஓமந்தூர் இராமசாமி ரெட்டியாரைக் கண்டு பாரதி ஒலிபரப்புரிமையைக் கையளிப்பதாக ஒப்புதல் அளித்த மறுநாள் அவருடைய ஸ்டூடியோவில் நண்பர்களோடு இருந்தபோது தி.க. சண்முகமும் தி.க. பகவதியும் கையில் பெரிய மாலை எடுத்துவந்து அவருக்குச் சூட்டினர். டி.கே.எஸ். சகோதரர்களின் செய்கை 'விற்பிடித்து நீர் கிழிய எய்த வடுப் போல மாறுமே சீர்ஒழுகு சான்றோர் சினம்' என்ற பழம் பாடலைச் செட்டியாருக்கு நினைவூட்டியது.[1] சி. விஸ்வநாத ஐயருக்கு யாரும் மாலை சூட்டியதாகத் தெரியவில்லை.

பாரதி படைப்புகள் நாட்டுடைமையான வெற்றியைக் கொண்டாட 20–3–1949இல் சென்னை உட்லண்ட்ஸ் ஓட்டலில் விழா ஒன்றினைப் பாரதி விடுதலைக் கழகம் நடத்தியது. விழாவிற்குத் தலைமை தாங்க நாரண. துரைக்கண்ணன் கல்கியை அழைத்தபோது அவர் கண்கலங்கிவிட்டார். 'அந்தக் கண்ணீருக்கு எத்தனையோ பொருள்கள் உண்டு. பாரதியின் விடுதலைக்குச் சிறிதும் ஆதரவு காட்ட முடியாத தம்மை அவ் வெற்றி விழாவிற்குத் தலைமை தாங்க அழைத்த பெருந்தன்மை'யும் அதில் ஒன்று என்று எதிரொலி விசுவநாதன் இதற்கு உரை எழுதுகிறார்.[2] தி.க. சண்முகம் 'ஜெய பேரிகை கொட்டடா' என்று பாட, விழாத் தொடங்கியது. வ.ரா., சுதேசமித்திரன் ஸி.ஆர். ஸ்ரீநிவாசன், பரலி. சு. நெல்லையப்பர், ம.பொ.சி., அ. சீனிவாசராகவன் முதலானோர் கலந்துகொண்ட விழாவில் ஏவி. மெய்யப்ப செட்டியாரும் பங்குபற்றியிருக்கிறார். அனை வரும் அரசாங்கத்தின் செயலூக்கத்தையும், ஏவி. மெய்யப்ப செட்டியாரின் பெருந்தன்மையினையும் பாராட்டினர். பாரதியின் படைப்புகளை மலிவாக மக்களிடையே பரப்ப வேண்டிய தேவையினையும் வற்புறுத்தினர். விழாவில் கலந்துகொண்ட

ஓமந்தூர் இராமசாமி ரெட்டியாரும் ஏவி. மெய்யப்ப செட்டியாரின் வள்ளன்மையைப் பாராட்டியிருக்கிறார்.[3]

செல்லம்மா பாரதி, தங்கம்மாள் பாரதி ஆகியோர் விழாவில் கலந்துகொள்ளவில்லை; அவர்கள் அழைக்கப்பட்டார்களா, அழைக்கப்பட்டும் வர இயலாமல் போனதா என அறியக் கூடவில்லை. விழாவிற்கு சி. விஸ்வநாத ஐயர் அழைக்கப்பட்டதாகத் தெரியவில்லை. தமது பதிப்புரிமையை விட்டுக்கொடுத்ததற் காக அவர் பாராட்டப்படவுமில்லை. மாறாக, அவ்விழாவில் சிலருடைய பேச்சுகள் அவரைப் புண்படுத்தும்விதமாக அமைந்தன. இந்த வடுக்கள் அவர் 88 வயதில் (1984இல்) காலமாகும்வரை மறைந்ததாகத் தெரியவில்லை.

~~

சி. விஸ்வநாத ஐயர்

'வியாபாரம் என்றதும் பாரதி பிரசுராலயத்தினரின் ஞாபகம் வருகிறது' என்று ஒருமுறை எழுதினார் புதுமைப்பித்தன். 'ஜப்பான்காரன் நம்மிடை திணிக்க முயலும் துணிக்கும் பாரதியாருக்கும் ஒரு சிறிதும் வித்யாசமில்லை என்று கருதுகின்றனர் இந்த பா. பி. நிலயத்தினர். பாரதியாரும் பருத்தித் துணியும் ஒன்றல்ல. இலக்கியத்தைப் பிரசுரிக்க முயலும் முறை வேறு. இவர்கள் இதைத் தெரிந்துகொள்ள மறுத்தார்களானால் பெரிய விக்கிரமாதித்தன் கதையையும், பெருக்கல் வாய்ப்பாட்டையும் பிரசுரிக்கட்டும்' என்று தம் விமரிசனத்தைத் தொடர்ந்த புதுமைப்பித்தன், அதன் வெளியீடுகளில் உள்ள பாட வேறுபாடுகளைப் பற்றிக் கூறிவிட்டு, 'பாரதியார் பெயரை வைத்துக்கொண்டு என்ன வேண்டுமானாலும் செய்யலாம் என்ற ஸ்தாபனத்தினரின் மனப்பான்மை விரைவில் மாறிவிடும் என்று நம்புவோமாக' என்று 1937இல் எழுதினார்.[4]

(மேற்கூறிய புதுமைப்பித்தன் கட்டுரையில் பாரதியின் *பாப்பா பாட்டின்* பாடம் பற்றி *ஞானபாநு*வில் வெளிவந்த வடிவத்தைக் கொண்டு ஒரு விவாதத்தையும் அவர் தொடங்கினார். தமிழின் முன்னணி எழுத்தாளர்களான கு.ப.ரா. முதலானவர்களும் இதில் கலந்துகொண்டது பாரதியின் எழுத்துகள் எவ்வளவு கவனமாகவும் கூர்மையாகவும் வாசிக்கப்பட்டன என்பதற்குச் சான்றாகும்.)

புதுமைப்பித்தன் போல் கறாராக இல்லையென்றாலும் சமகாலத்தில் பலர் பாரதி பிரசுராலயம் பற்றி விமரிசனங்களைக் கொண்டிருந்திருக்கின்றனர். பாரதி பிரசுராலயப் பதிப்புகளைப் பற்றிப் பரலி சு. நெல்லையப்பருக்கும் மனக்குறைகள் இருந்ததாக

எதிரொலி விசுவநாதன் குறிப்பிடுகிறார். பாரதி பிரசுராலயம் முற்றிலும் வியாபார நோக்கத்தோடே செயல்பட்டு வந்ததாகவும், அதன் வெளியீடுகளில் பிழை மலிந்து இருந்ததாகவும், 'பக்கத்திற்கு ஒரு தப்பு வீதமாவது சில புத்தகங்களில் காணலாம்' என்றும் அவர் கருதியதாக அவரை நன்கறிந்த எதிரொலி விசுவநாதன் எழுதுகிறார்.[5] இதில் சற்று மிகை இருந்திருக்கலாம் என்றாலும், பாரதி பிரசுராலயம் பற்றிய பாரதியினுடைய நண்பர்களின் மனப்போக்கிற்கு ஓர் அறிகுறியாக இதனைக் கொள்ளலாம் என்பது ஒருதலை.

1930கள் தொடங்கி பாரதியின் நூல்களுக்குக் கொஞ்சம் வியாபார மதிப்புக் கூடிவந்ததால் பாரதி பிரசுராலயத்தின்மீது பொறாமையும் விமரிசனங்களும் கூடிவந்ததில் வியப்பில்லை. மேலும் இந்தக் கவனிப்பு பாரதியின் விகசித்துவந்த பேருக்கும் புகழுக்குமான அடையாளமுமாகும். கிடைக்கின்ற செய்திகளின் அடிப்படையில் பார்க்கும்பொழுது சி. விஸ்வநாத ஐயர் பாரதி பிரசுராலயத்தை வியாபார முறையில் திறமாக நடத்திவந்தார் என்று மதிப்பிட முடிகின்றது.

> தமிழ்நாட்டிலே புஸ்தகம் எழுதுவோரின் நிலைமை இன்னும் சீராகவில்லை. பிரசுரத் தொழிலை ஒரு வியாபாரமாக நடத்தும் முதலாளிகள் வெளிப்படவில்லையாதலால் சங்கடம் நீங்காமலிருக்கிறது. புதிய புஸ்தகங்களைப் படித்துப் பார்த்து, 'பயன்படுமா படாதா'வென்று தீர்மானம் செய்ய வேண்டும். 'நன்றாக விலையாகுமா விலையாகாதா' என்பதை ஊகித்தறிய வேண்டும். ஆசிரியரிடமிருந்து புஸ்தகத்தை முன்விலையாகவோ, வேறுவித உடன்பாடாகவோ வாங்கிக்கொண்டு தாம் கை முதல் போட்டு அச்சிட்டு லாபம் பெற வேண்டும். இந்த வியாபாரத்தை நமது தேச முதலாளிகள் தக்கபடி கவனியாமலிருப்பது வியப்பை உண்டாக்குகிறது. புஸ்தகங்கள் வெளிவரத்தான் செய்கின்றன. பெருந்தொகையான ஜனங்கள் வாங்கிப் படிக்கத்தான் செய்கிறார்கள். ஒரு ஒழுங்கான பிரசுர வியாபாரம் நடந்தால் ஜனங்களுக்கு நல்ல புஸ்தகங்கள் கிடைக்கும். இப்போது அச்சிடப் பணமுள்ளவர் எழுதும் புஸ்தகங்களே பொது ஜனங்களுக்குக் கிடைக்கின்றன. பெரும்பாலும் பழைய புஸ்தகங்களிலே ஆச்சரியமானவை பல எழுதப்பட்ட காலத்தில் ஆசிரியர் தனவந்தராகயிருந்ததில்லை. மேன்மேலும் ஊக்கத்துடன் நடத்தினால், பிரசுர வியாபாரத்தில் நிறைய லாபம் உண்டாகுமென்பதில் சந்தேகமில்லை.[6]

என்று 1916இலேயே மிகத் தெளிவுடன் பாரதி எழுதியிருக்கிறான். தீவிரப் படைப்பு மனநிலையில் கவிதையாம் மணிப்பெயர்க்

காதலியுடன் சஞ்சரித்துவந்த பாரதிக்குத் தமிழ்நாட்டில் அப்பொழுதுதான் முளைவிட்டிருந்த நூல் வெளியீட்டுத் தொழில் பற்றி இவ்வளவு புரிதல் இருந்தது வியப்பைத் தருகிறது. சி. விஸ்வநாத ஐயர் தம் அண்ணனுடைய கனவை ஒரு வகையில் நனவாக்கினார் என்று சொல்லலாம்.

1940களில் பாரதியின் சந்தை மதிப்பு நன்கு கூடியதால் மேலும் பொறாமை மிகுந்ததில் ஆச்சரியமில்லை. பாரதி நூல்களின் விற்பனைப் பெருக்கத்தால் பாரதியின் மனைவிக்கோ மக்களுக்கோ எந்த ஆதாயமும் இல்லை என்பதும் முக்கியச் செய்தியாகும். இதுவும் பாரதி பிரசுராலயத்தின்மீதான எதிர்மறை உணர்வுக்குத் தூபமிட்டதெனலாம். பாரதியின் மனைவி மக்களுக்கு விஸ்வநாத ஐயர் மீது அதிருப்தி ஏற்பட்டிருந்தால் அதுவும் புரிந்துகொள்ளக்கூடியதே.

இந்த நிலையில், பாரதி பாடல் ஒலிபரப்புரிமை பற்றி ஏவி. மெய்யப்ப செட்டியார் தொடுத்த வழக்கு தடையின்றிப் பாரதி நூல்களை வெளியிட்டுவந்த பாரதி பிரசுராலயத் திற்கும் சி. விஸ்வநாத ஐயருக்கும் சோதனையாக அமைந்தது. பாரதி பாடல்களைப் பொதுச் சொத்தாக மாற்ற வேண்டும் என்று மேடை ஏறிக் கோரிக்கை விடுத்த பாரதி அன்பர்கள் ஏவி. மெய்யப்ப செட்டியாரைத் தாக்கிப் பேசியபோது சி.விஸ்வநாத ஐயரை நோக்கியும் தம் கணைகளைச் செலுத்தினர்.

வெகு மக்களும் குடிமைச் சமூகமும் அரசாங்கமும் இணைந்து, ஒத்த கருத்தோடு பாரதி படைப்புகளைப் பொதுவுடைமை ஆக்குவது என்று முனைந்தபொழுது சி. விஸ்வநாத ஐயர் இதற்கு இணங்குவதைத் தவிர வேறு எதுவும் செய்திருக்க முடியாது. ஒலிபரப்புரிமையை அரசாங்கத்திற்குத் தருவதைத் தவிர வேறு வழியில்லை என்று உணர்ந்த ஏவி. மெய்யப்ப செட்டியார் அதைப் பணம் பெற்றுக்கொள்ளாமல் விட்டுக்கொடுத்ததின் மூலம் நற்பெயர் என்னும் சொத்தினைப் பெருக்கிக்கொண்டார். பள்ளிக்கூட ஆசிரியரான சி.விஸ்வநாத ஐயருக்கு வேறு வழியில்லை. அவர் பெற்ற ரூ. 15,000 நல்ல தொகையா என்று முடிவு கட்டத் தனி ஆய்வு தேவை. விற்காத கையிருப்பே 30 சதவீதக் கழிவுக்குப் பின் பதினைந்தாயிரம் ரூபாய்க்கு மேல் இருந்தது என்பதைக் கருத்தில் கொண்டால் அவருக்கு ஏற்பட்ட பொருளிழப்பு கணிசமானது என்பதில் தடையில்லை.

இந்த நிலையில் சி. விஸ்வநாத ஐயர் பாரதி நூல் பதிப்புரிமையை அரசாங்கத்திற்கு ஒப்படைத்த தருணத்தில் ஒரு நீண்ட தன்மை விளக்கத்தை எழுதினார். திறமான ஆங்கிலத்தில்,

விவாத முறையில் அமைந்த அவ்விளக்கத்தை உருட்டச்சு செய்து பல்வேறு பிரமுகர்களுக்கும் பத்திரிகைகளுக்கும் ஒரு முகப்புக் கடிதத்தோடு அவர் அனுப்ப எண்ணியிருந்தார். ஆனால் நண்பர்கள் பலர் இவ்விளக்க அறிக்கை அரசாங்கத்தோடு அவர் நடத்திவந்த பேச்சுவார்த்தைகளுக்கு நெருடலாக அமைந்து, அவருக்குப் பாதகமாக முடியலாம் என்று அறிவுறுத்தியதின்பேரில் அதனை விநியோகிக்காமல், பிப்ரவரி 1950இல்தான் அரசாங்கத் திற்கு மட்டும் ஒரு பிரதியை அனுப்பிவைத்தார்.[7] அதற்குள் அவ்வறிக்கை ஆறிய கஞ்சி பழங் கஞ்சியாகிவிட்டது.

‘தொண்டா, லாப வணிகமா?’ *(Service or Profiteering?)* என்ற தலைப்பில் அமைந்த அந்த அறிக்கை சி.விஸ்வநாத ஐயர் எந்த அளவிற்குப் பாரதி விடுதலைக் கழகப் பிரசாரத்தினால் புண்பட்டிருந்தார் என்பதைக் காட்டுவதோடு அமையாமல் பாரதி பதிப்பு வரலாறு பற்றி ஏராளமான செய்திகளையும் கொண்டுள்ளது. (முழு வடிவத்தைப் பிற்சேர்க்கையில் காணலாம்.) எனவே அதன் சாரமான வாதங்களை இங்கு அறிந்துகொள்வது இன்றியமையாதது.

பாரதியின் பதிப்புரிமை பற்றிய தவறான எண்ணங்கள், ஆதாரமில்லாத ஊகங்கள், நியாயமற்ற விமரிசனங்கள் ஆகியவற்றைக் களைவதே தமது நோக்கம் என்ற பீடிகையோடு தொடங்கிய சி. விஸ்வநாத ஐயர், பாரதி நூல்களின் பதிப்பு வரலாறு ஒரு வீரதீர சாகசக் கதைக்கு ஒப்பானது என்றார். பாரதி மறைந்தபொழுது அவருடைய எழுத்துகள் பெரும்பாலானவை அச்சேறியிராத நிலையிலும், செல்லம்மா பாரதி தொடங்கிய பாரதி ஆச்ரமம் வியாபாரத் தோல்வியைத் தழுவிய நிலையிலும் விற்காத கையிருப்பையே மூலதனமாக கொண்டு பாரதி பிரசுராலயம் தொடங்கியிருந்தது. இருப்பினும் பாரதியின் இளைய மகள் சகுந்தலாவின் திருமணத்தை முன்னிட்டு ஒரு பெருந்தொகையைத் திரட்ட வேண்டியிருந்தது. நாலாயிரம் ரூபாய்க்கு 1931இல் உரிமை கைமாறியபொழுதும் அத்தொகையினையும்கூடத் தவணைகளாகவே தரவேண்டியிருந்ததை அவர் நினைவுகூர்ந்தார்.

பாரதியின் கையெழுத்துப் படிகளும் எடுத்துவைத்திருந்த பத்திரிகை நறுக்குகளும் சிதைந்த நிலையிலிருந்ததால் பல நூலகங்களையும் பத்திரிகை அலுவலகங்களையும் நாடியே பாரதியின் எழுத்துகளை அவர் சேகரிக்க வேண்டியிருந்தது. புதிய எழுத்துகளைக் கண்டெடுத்ததால் நூல் எண்ணிக்கை பெருகி வணிக ஆதாயம் மிகுந்திருக்கும் என்றாலும், *சுதேசமித்திரன், Commonweal, New India, Arya* முதலான ஏடுகளிலிருந்தும், கானாடுகாத்தான் வயி.சு. சண்முகம் செட்டியாரிடமிருந்து

பகவத் கீதை மொழிபெயர்ப்பையும், பிற நண்பர்களிடமிருந்து சில பாடல்களையும் விஸ்வநாத ஐயர் தேடித் தொகுத்து நூலாக்கியது பாரதி பதிப்பு வரலாற்றில் முதல் மைல்கற்கள் என்பதில் இருவேறு கருத்துக்கிடமில்லை. இன்று பாரதி படைப்புகளாக நமக்கு வந்திருப்பவை பாரதி பிரசுராலயத்தாலேயே முதன் முதலில் ஒழுங்குபடுத்தித் தொகுக்கப்பட்டன என்பதையும் மறப்பதற்கில்லை.

பாரதி நூல்கள் வெளியிடுவதற்குப் பல தடைகள் இருந்தன. தாய்மொழிப் பற்றுக் குறைந்து ஆங்கில மோகம் கோலோச்சி இருந்த சூழல் அதில் முதன்மையானது. எழுத்தறிவு குறைந்தும், பண்டை இலக்கியப் பெருமையே மிகுந்தும் இருந்த நிலையில் பாரதி போன்ற ஒரு புதுமை முன்னோடியின் சிறப்பு உணரப்படவில்லை. மற்றொரு புறம், அந்நிய அரசாங்கத்தின் ஒடுக்குமுறை. தேசிய இயக்கத்தின் போர்க் குரலாகப் பாரதி பாடல்கள் முழங்கிய அதே வேளையில் அவை தடையும் செய்யப்பட்டன. 'பல சமயங்களில் எங்கள் அலுவலகம் காவல்துறையின் தேடலுக்கு உட்பட்டு, எங்கள் கோப்புகள் கைப்பற்றப்பட்டு, நூல்களும் பறிமுதல் செய்யப்பட்டன' என்றும், தாம் போலீசாரால் பின்தொடரப்பட்டு, கடிதங்கள் இடைமறிக்கப்பட்டு, அரசாங்க வேலையில் சேர்வதும் தடைசெய்யப்பட்டது என்றும் விஸ்வநாத ஐயர் கூறியதில் மிகை இருந்தாலும் உண்மை இல்லாமலில்லை. அரசாங்கத்தால் அபாயகரமானது என்று கருதப்பட்ட படைப்புகளைத் தம் நண்பர்களின் வீட்டு ஊறுகாய்ப் பானையில் பத்திரப்படுத்த வேண்டியிருந்ததையும் அவர் நினைவுகூர்ந்தார். பாரதி நூல்களின் தேசிய உள்ளடக்கம் காரணமாகப் பாடப் புத்தகங்களாக அவை வைக்கப்பட முடியாத நிலை விற்பனையைப் பாதித்தது.

வியாபாரம் லாபகரமாக நடக்காத நிலையில் 1938இல் ஒருவரும் 1941இல் மற்றொருவருமாக வியாபாரப் பங்காளிகள் விலகிவிட விஸ்வநாத ஐயர் தனியொருவராகவே பாரதி பிரசுராலயத்தை நடத்த வேண்டியவரானார். இரண்டாம் உலகப் போர் வெடித்து, ஜப்பானின் தாக்குதல் ஏற்படலாம் என்று அஞ்சிய நிலையில் பாரதி நூல் சிப்பங்களைப் பல்வேறு இடங்களில் பாதுகாத்துக் கும்பகோணத்திலும் ஒரு கிளையைத் திறக்க வேண்டிய நிலை ஏற்பட்டது. கடுமையான காகிதத் தட்டுப்பாடு வேறு புத்தக வெளியீட்டுக்கு இடையூறாக அமைந்தது.

இருப்பினும் பாரதி பிரசுராலய நூல்களின் விலை மிகவும் குறைவாகவே வைக்கப்பட்டது என்று வாதிட்ட விஸ்வநாத ஐயர், புத்தக விற்பனையாளர்களுக்கும் கல்வி நிறுவனங்களுக்கும் பண்பாட்டு அமைப்புகளுக்கும் தாராளமான வியாபாரக் கழிவு தரப்பட்டதைச் சுட்டிக்காட்டினார். பாரதி நாள்

கொண்டாட்டங்களுக்கு 50 சதவீதத் தள்ளுபடி தரப்பட்டது. பாரதி பாடல்களின் வரிகளையோ, சில பத்திகளையோ பயன்படுத்த இலவசமாக அனுமதி வழங்க முடியாத தருணங்களில் குறைந்த கட்டணமே தண்டப்பட்டது என்ற விஸ்வநாத ஐயர், காங்கிரஸ் முதலான தேசிய அமைப்புகளுக்கு இலவசமாகவே உரிமை தரப்பட்டது என்றார். இந்தச் சலுகையைப் பலர் தன்னலத்திற்காகப் பயன்படுத்தி ஆதாயமும் அடைந்தனர் என்பதையும் அவர் சுட்டத் தவறவில்லை.

பாரதி பிரசுராலயப் பதிப்புகளில் குறைகள் உண்டு என்பதை ஒப்புக்கொண்ட விஸ்வநாத ஐயர், முந்தைய பதிப்புகளில் இருந்த அச்சுப் பிழைகள் பின்பு நீக்கப்பட்டன என்றும், பாடங்களை மாற்றியபொழுது அதைத் தக்க ஆதாரம் கொண்டே செய்ததாகவும், இடைவெளிகளும் விடுபாடுகளும் இருந்த இடங்களைக் கவிமணி தேசிகவிநாயகம் பிள்ளை, சுத்தானந்த பாரதி ஆகியோரைக் கொண்டு நிரப்பினாலும் அதைத் தக்க முறையில் பிறை வளைவுக்குள்ளும் விளக்கக் குறிப்போடும் தந்திருப்பதாகவும் சொன்னார். பாரதி நூல்கள் பல அச்சில் இல்லை என்ற குற்றச்சாட்டைப் பொறுத்தவரை முப்பதுக்கும் மேற்பட்ட நூல்களைப் பாரதி படைத்திருக்க, எவ்வளவு செல்வ வளம் மிக்க பதிப்பகமும் அனைத்து நூல்களையும் ஒரே சமயத்தில் விற்பனைக்கு வைத்திருப்பது இயல்வதல்ல என்று வாதிட்டார்.

இந்த நிலையில், 'கற்றவரும் கல்லாதவரும், காங்கிரஸ்காரர்களும் கம்யூனிஸ்டுகளும்' ஒன்றாகச் சேர்ந்து, 'பாரதியின் படைப்புகளுக்கு உரிமை கொண்டிருந்த பாவத்திற்காக'த் தம்மைப் பழித்தனர் என்றும், 'பாரதி பதிப்புரிமை தமக்குப் பிதுரார்ஜிதமாக வந்த குடும்பச் சொத்தல்ல, மாறாக நெருக்கடியும் தட்டுப்பாடும் மிக்கதொரு தருணத்தில் ரொக்கம் கொடுத்து வாங்கியதே' என்றும் மனங் கசந்து கூறினார் விஸ்வநாத ஐயர்.

தம்மை மக்கள் எதிரி நெம்பர் 1ஆகக் கருதி, ஓர் அரக்கனாகத் தம்மைச் சித்தரிப்பது என்ன நியாயம் என்றும் அவர் மனம் நொந்து கேட்டார். பாரதியின் படைப்புகளைத் திரட்டி, வகைதொகைப்படுத்தி நூலாக்கியதற்கு இதுதான் பரிசா என்று கேட்ட விஸ்வநாத ஐயர், பாரதி பாடல்களை இசைத்தட்டாகவும், திரைப்படத்திலும் பயன்படுத்தி லாபமடைந்தவர்களை நோக்கி ஏன் இத்தகைய கேள்விக் கணைகள் தொடுக்கப்படவில்லை என்றும் கேட்டார்.

பாரதியின் இலட்சியங்களை நிறைவேற்றுவதற்குப் பதிப்புரிமை எந்த வகையில் தடையாக இருக்கிறது என்ற அவருடைய கேள்வி பலரின் போலிமையை அம்பலப்படுத்துவதாகவும் இருந்தது.

மேலும், உலகில் வேறு எந்த எழுத்தாளரின் படைப்பேனும் இவ்வாறு பொதுச் சொத்தாகி உள்ளதா என்று கேட்ட விஸ்வநாத ஐயர், தாகூர், சரோஜினி நாயுடு போன்றோருடைய பதிப்புரிமை அவர்களுடைய சட்டபூர்வ வாரிசுதாரரிடமே இருந்ததையும் சுட்டிக்காட்டினார்.

இந்த நிலையில், சுதந்திர இந்தியாவின் சென்னை அரசாங்கம் பாரதி படைப்புகளைக் கையகப்படுத்த முனைந்த நிலையில் விஸ்வநாத ஐயருக்கு இரண்டு வழிகளே இருந்தன. ஒன்று: பாரதிக்குக் கிடைத்திருந்த கூடுதல் புகழைப் பயன்படுத்தித் தொடர்ந்து நூல்களை வெளியிடுதல் அல்லது அரசாங்கத்திடம் பதிப்புரிமையைக் கொடுத்துவிடுதல். இரண்டாம் பாதையினையே அவர் தேர்ந்தெடுத்தார். அன்றைய நிலையில் அது ஒரு பெரும் தியாகம் என்றே அவர் கருதினார். ஏனெனில், அண்மைக் காலங்களில் பெருந்தொகை கொடுத்துப் பாரதி பதிப்புரிமையைப் பல புத்தக வணிகர்கள் வாங்கத் தயாராக இருந்த நிலையில் வெறும் லாபமீட்டும் நோக்கங்களுக்குத் தாம் இடம் கொடுக்க விரும்பவில்லை என்றும், அரசாங்கத்திடமிருந்து தாம் பெறும் தொகை தமது முதலீட்டையும் பொறுப்படைவையும் *(liabilities)* ஈடு செய்யும் அளவினதே என்றும் அவர் கூறினார். பாரதியின் குடும்பத்தினர்க்குப் பதினைந்தாயிரம் ரூபாய் கொடுக்கப்படுவது தமக்கு மனநிறைவு தந்ததெனக் கூறவும் அவர் தவறவில்லை.

இந்தப் பின்னணியில், அரசாங்கமே பாரதி படைப்புகளை நேரிடையாகவோ, அங்கீகரிக்கப்பட்ட முகவர்கள் வழியாகவோ வெளியிட வேண்டும் என்றும், அதிக விலைக்கு விற்பனை செய்யக்கூடிய பதிப்பாளர்களுக்கு உரிமை வழங்கக் கூடாது என்றும் விஸ்வநாத ஐயர் வற்புறுத்தினார். இதை அவர் ஓமந்தூராரிடம் நேரிலும் வலியுறுத்தியிருந்தார். மேலும், பாரதி நூல்கள் வெளியிடும்பொழுது பாடங்களில் எந்தச் சிதைவும் திரிபும் ஏற்படாதபடி பார்த்துக்கொள்ள வேண்டும் என்ற கோரிக்கையோடு தம் அறிக்கையை அவர் முடித்துக்கொண்டார்.

பெரும் மனக்கசப்பில் எழுதப்பட்டதாயினும், சி. விஸ்வநாத ஐயரின் அறிக்கை அவருடைய மனவோட்டத்தைக் காட்டுவ தல்லாமல் பல அரிய உண்மைகளையும் பிட்டுவைக்கின்றது எனலாம். பாரதியின் கையெழுத்துப் படிகளை அரசாங்கத்திற்குக் கொடையாக அளித்ததையும், அரசாங்கம் கருத்துக் கேட்ட போதெல்லாம் தெளிவான ஆலோசனை வழங்கியதையும், தொடர்ந்து அரசாங்கத்தின் பாரதி பதிப்புகளுக்குப் பங்காற்றி யதையும் அவருடைய நன்னோக்கத்திற்குச் சான்றாகக் கொள்வதில் தவறிருக்க முடியாது.

பாரதியின் கையெழுத்துப் படிகள்

12 மார்ச் 1949இல் சட்டமன்றத்தில் கல்வி அமைச்சர் அறிவித்தபடி பாரதி படைப்புகளின் பதிப்புரிமையை அரசாங்கத் திற்குப் பதினையாயிரம் ரூபாய்க்குக் கொடுப்பதோடு தம்மிட மிருந்த பாரதியின் கையெழுத்துப் படிகள் அனைத்தையும் அரசாங்கத்திற்குக் கொடையாகவும் சி. விஸ்வநாத ஐயர் அளித்தார்.

இதன்படி 14 மே 1949இல் கல்வி அமைச்சருக்குச் சென்னையி லிருந்து ஒரு முகப்புக் கடிதம் எழுதி, தம்மிடமிருந்த கையெழுத்துப் படிகளை விஸ்வநாத ஐயர் அளித்தார். 'ஒரு தேசியப் பொக்கிஷத்தைப் பாதுகாப்பதற்குப் பின்பற்ற வேண்டிய நடைமுறைகளை மேற்கொண்டு அரசாங்க அருங்காட்சியகத்தில் ('to take necessary measures to preserve them in the Government Museum in a manner worthy of such a national treasure') அவற்றை நன்கு பேணுமாறு அவர் அரசாங்கத்தைக் கேட்டுக்கொண்டார்.[8]

450 பக்கங்களுக்கு மேற்பட்ட குறிப்பேடுகளாகவும் தாள்களாகவும் அமைந்த பாரதியின் கையெழுத்துப்படிகள் அரசாங்கத்திடம் ஒப்படைக்கப்பட்டன. *காட்சி* (வசன கவிதைகள்), *குயில், பகவத் கீதை மொழிபெயர்ப்பு, பாஞ்சாலி சபதம், பதஞ் சலி யோக சூத்திரம், சந்திரிகையின் கதை* முதலானவை இவற்றில் அடங்கும் (முழுப் பட்டியலை அட்டவணை 1இல் காண்க).[9]

பாரதியின் கையெழுத்துப் படிகளை எவ்வாறு பாதுகாப்பது என்ற கேள்வி விரைவில் எழுந்தது. கையெழுத்துப் படிகள் அனைத்தையும் புகைப்படம் பிடித்துவைப்பதாகத் திட்டமிடப் பட்டது; அதன்பின் மூலப் படிகளைக் காட்சிக்கு வைப்ப தெனவும் தகவல்கள் வெளிவந்த நிலையில் *தி இந்து* ஆங்கில நாளிதழில் (19-8-1949) ஒரு செய்திக் குறிப்பு வந்தது. பாரதியின் கையெழுத்துப் படிகளை எல்லாரும் கையாளக்கூடியதாகவும், காட்சிப் பொருளாக வெளியே வைப்பதாலும் இவ்வரிய கருவூலம் அழிந்துபடுமோ என்ற அச்சத்தை அது தெரிவித்திருந்தது. காற்றுப் புகாத பேழைகளில் பூட்டிவைப்பது அரசாங்கத்தின் திட்டம் என்றும் அக்குறிப்புக் கூறியது.

Madras Record Office என்று அக்காலத்தில் அறியப் பெற்றிருந்த தமிழ்நாடு ஆவணக்காப்பகத்தின் காப்பாட்சியரான (*Curator*) பி.எஸ். பாலிகா என்ற முன்னோடியான வரலாற்றாய்வாளர் *இந்து* பத்திரிகை செய்தியைக் கண்ணுற்று உடனே கல்வித் துறைச் செயலருக்கு எழுதினார். காற்றுப் புகாத கலங்களில் பூட்டிவைப்பது விலைமதிப்பற்ற கையெழுத்துப் படிகளைப் பாதுகாக்கும் முறையல்ல என்று கருதிய பாலிகா, வெளிச்சமும்

காற்றோட்டமும் இல்லாவிட்டால் அவை சிதைந்துவிடும் என்றும், பூச்சிகளும் பிற உயிரினங்களும் அவற்றை அழித்துவிடும் என்றும் அஞ்சினார். இதற்கு மாற்றாக, பிரிட்டிஷ் அருங்காட்சியகம், இலண்டன் அரசு ஆவணக்காப்பகம் முதலானவை பின்பற்றும் நடைமுறையான மெல்லிய 'ஷிபான்' *(chiffon)* துணி கொண்டு ஒட்டி, மறுகட்டடம் *(re-bind)* செய்வதே சரி என்றும், இவ்வாறு செய்தால் கையெழுத்துப் படிகளைக் கையாள்வது எளிதாவதோடு, பாதுகாப்பாக அவற்றைக் காட்சிப்பொருளுமாக்கலாம் என்றும் ஆலோசனை வழங்கினார். இதற்கான எல்லா வசதிகளும் சென்னை ஆவணக்களரியில் இருக்கின்றன என்பதையும் பாலிகா சுட்டிக்காட்டினார்.

இக்கடிதத்தை 29 ஆகஸ்டு 1949இல் எழுதிய பிறகு, அரசு அருங்காட்சியகத்திற்குச் சென்று கையெழுத்துப் படிகளைப் பார்வையிட்டு மதிப்பிடக் கல்வித் துறை பணித்த நிலையில் 5 அக்டோபர் 1949இல் அருங்காட்சியகத்திற்கு பாலிகா சென்றார். அருங்காட்சியகத்தின் தலைமைப் பொறுப்பான கண்காணிப்பாளராக *(Superintendent)* அப்பொழுது இருந்தவர், பேர் பெற்ற இனவியலாளரான ஏ. ஐயப்பன் ஆவார்.

பெரும்பான்மையான கையெழுத்துப் படிகள் 40 பக்க மாணவர் குறிப்பேடுகளாகவும், மட்டமான தாளில் ஒடிந்துவிடும் நிலையிலும் இருக்கக் கண்டார் பாலிகா. கறுப்பு, நீலம், சிவப்பு எனப் பல்வேறு வண்ண மையில் அமைந்திருந்த எழுத்துகள் பல இடங்களில் தெளிவில்லாமல் மங்கி இருந்தன. (பெருமாள் செட்டி அண்ட் சன்ஸ் காப்பியிங் பென்சிலைப் பாரதி பயன்படுத்தியிருந்ததை பாலிகா குறிப்பிடவில்லை.) அனைத்துத் தாள்களும் பாதுகாக்கப்பட வேண்டிய நிலையில் இருந்ததாகவே அவர் கணித்தார். 'ஷிபான்' தாள் ஒட்டிப் பாதுகாக்க வேண்டும் என்று கருதிய பாலிகா, அய்யப்பனை அருங்காட்சியகம் அமைந்திருந்த அதே எழும்பூரில் இருந்த தம் அலுவலகத்திற்கு அழைத்துச் சென்று, கிழக்கிந்தியக் கம்பெனிக் காலத்துக் கையெழுத்து ஆவணங்கள் எவ்வாறு சீரமைக்கப்பட்டுப் பாதுகாக்கப்படுகின்றன என்பதை நேரிலேயே காட்டினார்.

பாலிகாவின் வாதங்களை ஏற்றுக்கொண்டாலும், 'கையெழுத்துப் படிகளின் உணர்வுரீதியான மதிப்'பைக் கருதி *(sentimental value)* நேரிடையான அரசாங்க அனுமதி இல்லாமல் இந்நடவடிக்கைகளை மேற்கொள்ள இயலாது என்று அய்யப்பன் கூறிவிட்டார். பாலிகா கேட்டுக்கொண்டதற்கிணங்க, கையெழுத்துப் படிகளின் அளவு, எண்ணிக்கை முதலான தகவல்களை அவருக்கு அய்யப்பன் அனுப்பிவைத்தார். கையெழுத்துப் படிகளை ஒட்டிப்

பாதுகாக்க அறுபது முழம் 'ஷிபான்' துணி இருந்தால் போதும் என்று கணக்கிட்ட பாலிகா, இக்கையெழுத்துப் படிகளின் முக்கியத்துவத்தைக் கருதி அவற்றைச் சீராக்கிச் செப்பனிடும் பணியைத் தாமே ஏற்பதற்கு அனுமதி கோரினார். அரசாங்க ஆவணங்களைச் செப்பனிடும் திறமுடைய நபர்களிடம் மட்டுமே இப்பணி ஒப்படைக்கப்படும் என்று கூறிய பாலிகா, இப்பணியின்போது கையெழுத்துப் படிகளுக்கு எந்த ஊறும் ஏற்படாதவகையில் முன்னெச்சரிக்கை நடவடிக்கைகள் மேற்கொள்ளப்படும் எனவும் உறுதியளித்தார்.

கையெழுத்துப் படிகளைப் புகைப்படம் எடுக்க வேண்டு மென்பதில் கவலை தோய்ந்த அவசரத்தை அருங்காட்சியகக் கண்காணிப்பாளர் காட்டிய நிலையில், கையெழுத்துப் படிகள் பகுதிபகுதியாகப் பேணப்பட்டு, புகைப்படம் எடுப்பதற்காக அருங்காட்சியகத்திற்கு அனுப்பிவைக்கப்படும் என்றும், அனைத்துத் தாள்களும் படமெடுக்கப்பட்ட பின்னர் அவை பச்சை நிற ஆர்ட் கான்வஸ் துணிகொண்டு கட்டடம் செய்யப்படும் என்றும், அவ்வாறு கட்டடம் செய்யுங்கால் மூல அட்டைகளும் இருந்தவாறே பேணப்படும் என்றும் உறுதியளித்தார் பாலிகா. ஆவணக் களரியில் நூற் கட்டடம் செய்யும் தொழிலாளி இப்பணியில் பேரனுபவம் மிக்கவர் என்பதையும் அவர் குறிப்பிடத் தவறவில்லை.

பாலிகாவின் பரிந்துரையை அரசாங்கம் உடனே ஏற்றுக் கொண்டுவிடவில்லை. பாலிகாவின் ஆலோசனைகள் அடங்கிய மேற்படி கடிதத்தை சி. விஸ்வநாத ஐயருக்கு அனுப்பி, இதன் தொடர்பில் 'உணர்வு ரீதியான அல்லது வேறு வகையான ஆட்சேபம்' உண்டா *('any objection, sentimental or other, to the reconditioning of the manuscripts')* என்று எழுதிக் கேட்டது. 'இத்தகையதொரு பொக்கிஷத்தின் தகுதிக்கேற்ற முறையில் பாதுகாக்கப்பட வேண்டும்' என்ற அக்கறையைத் தவிரத் தமக்கு வேறு தடையில்லை என்று அவர் பதிலெழுதிய பிறகு அரசாங்கம் பாலிகாவின் பராமரிப்புத் திட்டத்திற்கு ஒப்புதலளித்தது.[10]

(பின்குறிப்பு: பாரதி நூற்றாண்டு விழாவையொட்டி, தம்மிடமிருந்த மேலும் சில பாரதி கையெழுத்துப் படிகளைத் தமிழக அரசின் தொல்லியல் துறையிடம் சி. விஸ்வநாத ஐயர் இலவசமாக ஒப்படைத்திருக்கிறார். இக்காலத்தில் பாரதியின் கையெழுத்துப் படிகளுக்குப் பழம்பொருட் சந்தையில் (antiquarian market) பல லட்சம் ரூபாய் மதிப்பு இருந்தது. மேலும், புதுச்சேரி அரசாங்கம் தனது பாரதி அருங்காட்சியகத்திற்காகப் பாரதி தொடர்பான பொருள்களை நல்ல விலைக்கு வாங்கிவந்தது என்பதையும் நினைவில் கொள்ளலாம்.)

அட்டவணை 1

சி. விஸ்வநாத ஐயர் ஒப்படைத்த பாரதி கையெழுத்துப் படிகள்

	தலைப்பு	*பக்க எண்ணிக்கை*	*வடிவம்*
1.	காட்சி	35	குறிப்பேடு
2.	பாடல் திரட்டு (29 பாடல்கள்)	53	கட்டடம் செய்யப்பட்ட குறிப்பேடு
3.	குயில்	39	குறிப்பேடு
4.	சக்திப் பாடல்கள்	26	குறிப்பேடு
5.	ஜகத் சித்திரம்	7	குறிப்பேடு
6.	பகவத் கீதை (மொழிபெயர்ப்பு)	71 (ப. 59–129)	குறிப்பேடு
7.	பகவத் கீதை முன்னுரை	58	குறிப்பேடு
8.	பாஞ்சாலி சபதம்		
	(அ) அச்சிட்ட முதற் பகுதி – பாரதி கைப்படச் செய்த திருத்தங்களுடன்		
	(ஆ) இரண்டாம் பகுதி – கையெழுத்தில்	37	குறிப்பேடு
	(இ) அச்சிட்ட குறிப்புகள்– பாரதி கைப்படச் செய்த திருத்தங்களுடன்		
9.	பாட்டுக் கொத்து	32	நூலால் கோக்கப்பட்ட தனித் தாள்கள் (ஃபுல்ஸ்காப்)
10.	பதஞ்சலி யோக சூத்திரம்	22	தனித் தாள்கள் (ஃபுல்ஸ்காப்)
11.	சந்திரிகையின் கதை		
	(அ)	ப. 1–26 (28 தாள்கள்) 1/4அளவு	நூலால் கோக்கப்பட்ட தனித் தாள்கள்
	(ஆ)	ப. 27–72	தனித்தாள் (ஃபுல்ஸ்காப்)
12.	விடுதலை		

சான்று: G.O.No. 1534, Education & Public Health, 13-5-1949

குறிப்பு: இப்பட்டியலை சி. விஸ்வநாத ஐயர் ஆங்கிலத்தில் தயாரித்திருக்கிறார். வரிசை எண் 2, 9 ஆகிய இரண்டுமே Collection of Poems & Songs என்று சுட்டப்பட்டுள்ளன. இவ்விரு தாள் கற்றைகளுக்குப் 'பாடல் திரட்டு', 'பாட்டுக் கொத்து' என்று வெவ்வேறு தலைப்பிட்டிருக்கிறார் பாரதி. இத்தலைப்புகளே இப்பட்டியலில் கையாளப்பட்டுள்ளன. இவை முறை மாறி இருக்க வாய்ப்புண்டு.

~ ~

சி. விஸ்வநாத ஐயர் தம் பதிப்புரிமையை அரசாங்கத்திற்கு கைமாற்றித் தருவதற்கு இசைந்ததோடு விவகாரம் முடிந்துவிட வில்லை. பாரதி மறைந்த பின்பு, சற்றொப்ப இருபத்தைந்தாண்டுகள் பாரதியின் படைப்புகளைத் தேடியும் தொகுத்தும் பதிப்பித்தும் வெளியிட்டும் விற்றும் பரவலாக்கியவர் என்ற முறையில் அவருக்குப் பல நடைமுறைச் சிக்கல்கள் இருந்தன.

முதலில் தமது பதிப்புரிமையை அரசாங்கத்திற்குக் கைமாற்றித் தருவதற்கான பத்திரப் பதிவில் விஸ்வநாத ஐயருக்குச் சில தடைகள் இருந்தன. அரசாங்கம் அனுப்பிய வரைவுப் பத்திரத்தில் சில மாற்றங்கள் செய்யப்பட வேண்டும் என்று அவர் விரும்பினார். தம்மிடமிருந்து பாரதியின் கையெழுத்துப் படிகளை அரசாங்கத்திற்குத் தருவதெனக் கூறியது நன்னோக்கத்தின் அடிப்படையில் தாமாகவே மனமுவந்து *(voluntary)* அளிக்கும் கொடையே *(gift)* ஆதலால் அது பத்திரத்தில் பதிவு செய்ய வேண்டியதல்ல என்றும், உரிமைக் கைமாற்றம் தொடர்பான கூறுகள் மட்டுமே பத்திரத்தில் இடம் பெற்றால் போதும் என்று அவர் கருதினார். அரசாங்கம் அனுப்பிய வரைவு, கையெழுத்துப் படிகளை ஒப்படைப்பதைப் பத்திரம் கையெழுத்தாவதற்கு முன்னிபந்தனையாக்குவதை அவர் ஏற்கவில்லை. கையெழுத்துப் படிகளைத் தம் வீட்டிலிருந்தும், பிரசுராலய அலுவலகத்திலிருந்தும், பிற இடங்களிலிருந்தும் ஒன்றுதிரட்டிப் பட்டியலிட வேண்டியிருந்ததாலேயே கல்வி அமைச்சரிடம் கலந்து பேசியபொழுது இரண்டு மாத கால அவகாசம் கேட்டதையும் அவர் நினைவூட்டினார். கையெழுத்துப் படிகளைக் கொடையளிக்கத் தாம் முன்வந்ததில் எந்த மாற்றமும் இல்லை என்பதையும் வலியுறுத்தினார் *('My offer once made is always there and I will carry it out immediately I am free from present pressure of work')*. ஆனால் இக்கொடைக்கு முத்திரை வரி கட்ட வேண்டும் என்றால் அதற்குத் தாம் இணங்க முடியாதென்றும் தீர்மானமாகத் தெரிவித்தார். தொகையைப் பொறுத்தவரை பத்தாயிரம் ரூபாயைத் தேசியச் சேமிப்புப் பத்திரமாகவும், எஞ்சிய ஐயாயிரத்தைத் தம் பெயருக்கு இம்பீரியல் வங்கிக் காசோலையாகவும் விஸ்வநாத ஐயர் கேட்டார். இக்கோரிக்கைகள் அடங்கிய கடிதத்தை மானாமதுரையிலிருந்து 11 ஏப்ரல் 1949இல் அவர் எழுதியிருந்தார்.

இதற்கு 13 மே 1949இல் பதிலிறுத்த கல்வித் துறைச் செயலர், கையெழுத்துப் படிகளின் கொடையைப் பத்திரத்தில் பதிய வேண்டும் என்பதில் அரசாங்கம் உறுதியாக இருப்பதாகக் கூறினார். ஆனால் முத்திரை வரிக்கு விலக்கு அளிக்கப்படும் என்ற சலுகை அளிக்கப்பட்டது. தொகையைப் பொறுத்தவரை விஸ்வநாத ஐயர் கேட்டவாறில்லாமல் இராமநாதபுரம் மாவட்டக் கருவூலத்தில் ரொக்கமாகக் கொடுக்கப்படும் என்றும் கூறினார்.

இதற்கிடையில் 31 மே 1949க்குள் கையெழுத்துப் படிகளை ஒப்படைப்பதாக விஸ்வநாத ஐயர் எழுதினார். பத்திரத்தில் கையெழுத்திட நேராகச் சென்னைக்கும் வந்துவிட்டார். கடைசியில் 13 ஜூன் 1949இல் மயிலாப்பூர் சார்பதிவாளர் அலுவலகத்தில் பத்திரம் பதிவாயிற்று. கல்வித் துறைச் செயலர் லோபோ பிரபு அரசாங்கத்தின் சார்பில் பத்திரத்தில் கையெழுத்திட்டார்.

எஞ்சிய கையிருப்பு

பதிப்புரிமையை அரசாங்கத்திற்குக் கைமாற்றித் தருவதெனஒப்புதல் கடிதம் கொடுத்தபொழுதே, ஏற்கெனவே தாம் அச்சிட்ட பாரதி நூல்களின் கையிருப்பை விற்றுத் தீர்ப்பதற்கு ஓராண்டுக் காலம் வேண்டும் என்ற உரிமத்தை விஸ்வநாத ஐயர் தக்கவைத்துக்கொண்டிருந்தார். இந்தச் செய்தி கல்வி அமைச்சரின் சட்டமன்ற அறிக்கையிலும் பதிவு செய்யப்பட்டிருந்தது.

ஆனால் 22 மார்ச் 1949இல், அதாவது சட்டமன்றத்தில் கல்வி அமைச்சரின் அறிக்கை வெளிப்பட்ட பத்து நாளுக்குப் பிறகு, விஸ்வநாத ஐயர் கல்வி அமைச்சருக்கு எழுதிய கடிதத்தில், பாரதி படைப்புகளை அரசாங்கம் வெளியிடத் தொடங்க ஆறு மாதங்கள் பொறுத்திருக்க வேண்டும் என்று குறிப்பிட்டிருந்தார்.[11] இதற்கு அவர் சொன்ன காரணம், கையிருப்பை விற்பதற்கு அவருக்குக் கொடுக்கப்பட்ட காலத்திற்குள் விற்க முடியவில்லை என்றால் அதனை அரசாங்கமே ஏற்றுக்கொள்ள வேண்டியிருக்கும்; இது அரசாங்கத்திற்கு மிகுந்த நிதிச் சுமையை ஏற்படுத்துமென்பதை அவர் சுட்டிக்காட்டினார். மேலும், தம் கையிருப்பிலிருந்த புத்தகங்களெல்லாம் மிக அண்மையில், 1948–49ஆம் ஆண்டுகளில் அச்சிடப்பட்டவை என்றும், கையிருப்புக் கணிசமானது என்றும் குறிப்பிட்ட விஸ்வநாத ஐயர், பள்ளிப் பாடமாகவும், நூலகங்களுக்கும் அவற்றைப் பயன்படுத்தப் பரிந்துரைத்துச் சுற்றறிக்கை அனுப்ப வேண்டும் என்றும் கேட்டுக்கொண்டார். (சி. விஸ்வநாத ஐயர் இவ்வளவு கவலைப்பட்டிருக்க வேண்டாம். பாரதியின் கவிதைகளை வெளியிடுவதற்கே அரசாங்கத்திற்கு ஐந்தாண்டுகள் ஆயின என்பதை விரைவில் காண்போம்.)

இவற்றோடு மேலும் இரண்டு கோரிக்கைகளையும் அவர் முன்வைத்தார். தனி முகவர்கள் மூலமாக அரசாங்கம் பாரதி நூல்களை அச்சிட்டு வெளியிட முடிவு செய்யுமானால் தன்னையும் ஒரு முகவராக அமர்த்துமாறு வேண்டினார். ஏறத்தாழ இருபதாண்டுகள் பாரதி படைப்புகளைப் பிரசுரித்து விநியோகித்த பட்டறிவு மற்ற பதிப்பாளர்களின் தகுதியை விஞ்சக்கூடியது என்பதையும் சுட்டிக் காட்டினார். பாரதியின் பதிப்புரிமையைக் கையகப்படுத்திய பின் அரசாங்கம் அதை

எப்படி கையாளும் என்பதைப் பற்றிய தெளிவு விஸ்வநாத ஐயர் உட்பட எவருக்கும் இல்லை என்பதை இதிலிருந்து நன்குணரலாம்.

அரசாங்கமே பாரதி நூல்களை வெளியிடுவதென முடிவு செய்து அதற்கென ஒரு பதிப்புக் குழுவை அமைக்குமானால், பாரதியின் உறவினர் என்ற முறையிலும், அவருடைய நூல்களைப் பிரசுரித்தவர் என்ற முறையிலும், அவருடைய படைப்புகளை நன்கு பயின்றவர் என்ற முறையிலும் அக்குழுவில் பணியாற்றத் தாம் அணியமாக இருப்பதாகவும் விஸ்வநாத ஐயர் கூறினார்.

பதிப்புரிமையைக் கைமாற்றிக் கொடுப்பதன் நன்னோக்கோடு பொருந்திய இந்த ஆலோசனைகளைக் கருதுமாறு கூறித் தம் கடிதத்தை முடித்துக்கொண்டார் சி.விஸ்வநாத ஐயர். இக்கடிதத் திற்கு அரசாங்கம் என்ன பதில் அளித்ததெனத் தெரியவில்லை.

அரசாங்கத்திற்கு உரிமையைக் கைமாற்றித்தந்த உடன்படிக்கைப்படி ஓராண்டிற்குள் சி. விஸ்வநாத ஐயரால் தம்மிடமிருந்த கையிருப்பை விற்றுத் தீர்க்க இயலவில்லை. இந்த நிலையில், 20 பிப்ரவரி 1950இல், கையிருப்பை விற்பதற்கு மேலும் ஆறு மாத கால உரிமம் தர வேண்டுமென்று கல்வி அமைச்சருக்கு அவர் விண்ணப்பம் செய்தார். இக்கடிதத்தை வரப்பெற்ற கல்வித் துறை, அரசாங்க அதிகாரவர்க்கத்திற்கே உரிய இயல்புப்படி பாரதி நூல் கையிருப்பை விற்பதற்கு அவர் எடுத்த நடவடிக்கைகள் என்ன என உசாவியது. இதற்கு உடனே பதிலளித்த விஸ்வநாத ஐயர், தம் வியாபார அமைப்பை வலுப்படுத்தி, விற்பனையை முடுக்கிவிட்டுள்ளதாகப் பதிலிறுத்தார். அரசுடைமை அறிவிப்பு வெளிப்பட்ட காலத்திலிருந்து ஓராண்டில் அவரிடமிருந்த கையிருப்பு, விற்பனை, விலை ஆகியவற்றை அட்டவணையிட்டு வழங்கினார். பாரதி நூல்களுக்கிருந்த வாசக ஆதரவைக் கணக்கிடுவதற்கு இது நல்லதொரு தரவாகும். (காண்க பின்னிணைப்பு vii.)

20 பிப்ரவரி 1950, 17 மார்ச் 1950 ஆகிய நாள்களில் விடுத்த மேற்படி இரண்டு கடிதங்களுக்கும் பதில் வராத நிலையில், 'பாரதி நூல் விற்பனையைத் தொடர்வதா வேண்டாமா என்ற முடிவு தங்கள் பதிலைச் சார்ந்துள்ளது' என்பதை நினைவூட்டி 18 ஏப்ரல் 1950இல் விஸ்வநாத ஐயர் மீண்டும் அரசாங்கத்திற்கு கடிதம் எழுதினார்.

ஒப்பந்தப்படி ஓராண்டுவரை மட்டுமே நூல்களை விற்கும் உரிமம் விஸ்வநாத ஐயருக்கு வழங்கப்பட்டிருந்ததையும், அதற்குள் விற்று முடியவில்லை என்றால் கையிருப்பை அரசாங்கமே விலை கொடுத்து ஏற்றுக்கொள்ள வேண்டியிருக்கும் என்பதையும் உணர்ந்த அரசாங்கம் ஒப்பந்தத்தின் 4ஆம் சட்டக்கூறின்படி

நீட்டிப்பு வழங்க வழியுள்ளதைப் பயன்படுத்தி, செப்டம்பர் 1950 வரை தொடர்ந்து பாரதி நூல்களை விற்பனை செய்ய விஸ்வநாத ஐயருக்கு உரிமம் வழங்கியது.[12]

இந்த நீட்டிப்புக்குப் பிறகு விற்பனையாகாத கையிருப்பு முழுவதையும் 30 சதவீதத் தள்ளுபடி போக 15,729 ரூபாய்க்கு அரசாங்கத்திடம் சி. விஸ்வநாத ஐயர் கொடுத்துவிட்டார்.[13]

அங்கீகரிக்கப்பட்ட பதிப்பும் நாட்டுடைமையும்

படைப்பாளிகளின் பதிப்புரிமையை அரசாங்கம் பரிவுத் தொகை ஈந்து கையகப்படுத்துவதன் தொடர்பில் அரசுடைமை, நாட்டுடைமை ஆகிய இரண்டு தொடர்களையும் ஒரே பொருளில் பயன்படுத்தப்படுவதைக் காண்கிறோம். இப்பொழுதுள்ள சூழலில் இரண்டு தொடர்களுக்கும் நடைமுறையில் வேறுபாடு இல்லாத வகையிலேயே அரசாங்கச் செயல்பாடுகள் உள்ளன. பாரதியின் படைப்புகளைப் பொறுத்தளவில் இது இரு வேறு சிறப்புப் பொருளைத் தந்து நின்றன. (அம்பேத்கரின் படைப்புகளின் பதிப்புரிமையைப் பொறுத்த அளவிலும் இந்த நிலை உள்ளது; அரசுடைமை ஆகிவிட்டாலும் அது நாட்டுடைமை ஆகவில்லை. அம்பேத்கர் படைப்புகளின் பதிப்புரிமையை அவருடைய மனைவியும் மகனும் மகாராஷ்டிர அரசாங்கத்திற்குக் கொடுத்து விட்டனர். அம்பேத்கரின் பதிப்புரிமையை ஒரு குழுவை வைத்து மகாராஷ்டிர அரசு நிர்வகித்து வருகிறது. இந்த உரிமை டிசம்பர் 2016ஆம் ஆண்டோடு தீர்ந்துபோகும்.)

பாரதியின் குடும்பம், சி. விஸ்வநாத ஐயர், ஏவி. மெய்யப்ப செட்டியார் ஆகியோரிடமிருந்து பாரதியின் படைப்புகளுக்குரிய உரிமையைக் கையகப்படுத்தியவுடன், அரசாங்கம் அவ்வுரிமையைத் தடையற்ற பயன்பாட்டுக்காகப் பொதுக் களத்துக்கு விட்டுக் கொடுத்துவிடவில்லை; பொது மக்களின் கட்டணமற்ற பயன்பாட்டுக்கும் அனுமதி வழங்கிவிடவில்லை. ஏறத்தாழ ஆறாண்டுகளுக்குப் பாரதி கவிதைகளின் பதிப்புரிமையை அரசாங்கம் தன் ஏகபோக உரிமையாகவே வைத்திருந்தது. பாரதியின் படைப்புகளுக்கு அங்கீகரிக்கப்பட்ட பதிப்பு (authorized edition) அரசாங்கத்தின் சார்பில் வெளியான பின்னரே அவை பொதுக்களத்துக்கு வரும் என்பது அறிவிக்கப்படாத கொள்கையாக இருந்தது.

இந்தப் பின்னணியில் பாரதியின் படைப்புகள் அரசுடைமை யாக இருந்து நாட்டுடைமையான வரலாற்றைக் காண்போம்.

பாரதியின் படைப்புகள் அரசுடைமை ஆன பிறகு மேற் கொள்ள வேண்டிய நடவடிக்கைகளைப் பற்றிப் பரிந்துரைப்பதற்

கென அரசாங்கம் பாரதி நூற் குழு *(Bharathi Works Committee)* என்றொரு குழுவை நியமித்தது. *கல்கி* இதழாசிரியரான கல்கி ரா.கிருஷ்ணமூர்த்தி, அப்பொழுது அரசு கல்லூரி முதல்வராக இருந்த ஆங்கிலப் பேராசிரியர் கி.ஸ்வாமிநாதன், பாரதியின் தம்பி சி.விஸ்வநாத ஐயர், சென்னைப் பல்கலைக்கழகத் தமிழ்ப் பேராசிரியர் ரா.பி. சேதுப் பிள்ளை ஆகியோர் உறுப்பினர்களாக அமர்த்தப்பட்டனர். கல்கி குழுத் தலைவராக அமைந்தார். பாரதியின் தம்பியைத் தவிர, கல்கிக்கு மட்டுமே பாரதி ஈடுபாடும் அவனுடைய படைப்புகளில் தோய்வும் இருந்ததெனச் சொல்லலாம். கி.ஸ்வாமிநாதனும் ரா.பி. சேதுப் பிள்ளையும் பின்னர் இணைந்துகொண்ட மு.வரதராசன், கி.வா. ஜகந்நாதன் ஆகியோரும் அவர்களுடைய கல்விப் பொறுப்பு, புலமைத் தகுதிகள் கொண்டே குழுவில் அமர்த்தப்பட்டனர் எனலாம். பாரதி விடுதலைக் கழக அன்பர்களுக்கு, முக்கியமாக நாரண. துரைக்கண்ணனுக்கு இதுசார்ந்து மனக்குறை இருந்ததை உணர முடிகின்றது. அதிலும், பாரதி படைப்புகளை நாட்டுடைமையாக்குவதில் ஆர்வம் அற்றவர்கள், ஏன் அதற்கு எதிரானவர்களேகூட இந்தக் குழுவில் இருந்ததாகவும் அவர் கருதினார்.[14]

இத்தகைய விமரிசனங்கள் ஒரு புறமிருக்க, குழுவின் முதல் கூட்டம் கல்கி இதழின் அலுவலக வளாகமான சென்னைக் கீழ்ப்பாக்கத்திலிருந்த நவுரோஜி தோட்டத்தில் 9 டிசம்பர் 1950இல் நடைபெற்றது.[15]

குழுவின் முன்னிருந்த முதல் பிரச்சினை, அரசுடைமையாக்க அறிவிப்புக்கு முன்பே சி.விஸ்வநாத ஐயரின் பாரதி பிரசுராலயம் வெளியிட்டிருந்த நூல்களை விற்பதற்கு முதற் கட்டத்தில் மார்ச் 1950 வரையும், பின்னர் செப்டம்பர் 1950 வரை நீட்டித்தும் வழங்கப்பட்ட உரிமம் தீர்ந்த பின் அரசாங்கம் விலை கொடுத்துக் கையகப்படுத்திக்கொண்ட கையிருப்பை என்ன செய்வது என்பதே.

முதல் கூட்டத்தில் எடுக்கப்பட்ட முடிவின்படி இக்கையிருப்பு பொதுக் கல்வி இயக்கத்திடம் ஒப்படைக்கப்பட்டது. 20 ஏப்ரல் 1951இல் இருந்த கையிருப்பான பாரதி நூல்கள் *I* காவியம் (52 பிரதிகள்), *II* வசனம் (53 பிரதிகள்), *III* வசனம் (757 பிரதிகள்) நான்கு மாதத்திற்குப் பிறகு, 9 ஆகஸ்டு 1951இல் முறையே 18, 15, 14 பிரதிகளே விற்றிருந்தன. இக்குறைந்த எண்ணிக்கையைப் பாரதி நூல்களின் பொதுசன ஆதரவுக்கு அளவுகோலாகக் கொள்ளக் கூடாது. மாறாக ஒரு அரசாங்கத் துறையின் வணிகத் திறமின்மையின் அடையாளமே இது என்பதில் தடையில்லை.

சரியான தள்ளுபடியுடன் நம்பகமான நூல் விற்பனையாளர் களுக்குக் கையிருப்பைக் கொடுத்துவிடுவதே விற்பனைக்குரிய வழி என்று கருதிய பாரதி நூற் குழு, சுதேசமித்திரன் புத்தக சாலை, ஹிக்கின்பாதம்ஸ், சைவ சித்தாந்த நூற்பதிப்புக் கழகம், தமிழ்ப் பண்ணை, கலைமகள் காரியாலயம், இ.மா. கோபாலகிருஷ்ண கோன் (மதுரை), பழனியப்பா பிரதர்ஸ் (திருச்சி) ஆகிய பேர்பெற்ற நூல் விற்பனையாளர்களை இதற்கெனப் பரிந்துரைத்தது. 30 விழுக்காடு கழிவில் சி.விஸ்வநாத ஐயர் நூல் கையிருப்பை அரசாங்கத்திற்குக் கொடுத்திருக்கவும், அரசாங்கம் 25 சதவீதக் கழிவை நூல் விற்பனையாளர்களுக்கு அளிக்கலாம் எனக் குழு கருதியது.

இதைப் பற்றி அரசாங்கம் சாதகமான முடிவை எடுத்ததாகத் தெரியவில்லை. நூல் கையிருப்பைப் பொதுக் கல்வி இயக்க கத்திலிருந்து அரசாங்க அச்சகத்திற்கு மாற்றித் தருவதென முடிவெடுக்கப்பட்டிருக்கிறது. சென்னை மவுண்ட் ரோடிலிருந்த அரசாங்க அச்சகப் பிரிவில் நூல்கள் விற்பனைக்கு வைக்கப் பட்டிருந்ததாகத் தெரிகிறது.

இதற்கடுத்த முக்கியப் பிரச்சினை பாரதி படைப்புகளிலிருந்து சில பகுதிகளைப் பயன்படுத்திக்கொள்வதற்கு எந்த வகையில் அனுமதி அளிப்பது என்பதும், அதற்கு எவ்வளவு கட்டணம் விதிப்பது என்பதுமாகும். நூலாசிரியர்களும் பதிப்பாளர்களும் பயன்படுத்தும் பாரதியின் படைப்புகளின் ஒவ்வொரு வரிக்கும் நான்கணா வீதம் கட்டணம் விதிக்கலாம் என்றும், அவ்வாறு கட்டணம் விதிக்கும்பொழுது குறைந்தபட்சம் ஐந்து ரூபாய் கட்டணம் வசூலிக்க வேண்டும் என்றும் குழு பரிந்துரைத்தது. உரைநடை எழுத்துகளைப் பொறுத்த அளவில் 250 சொற்களுக்கு ஐந்து ரூபாய் வீதம் கட்டணம் விதிக்கப்பட்டது. திரைப்படங்களைப் பொறுத்தவரை பயன்படுத்தப்படும் ஒவ்வொரு பாடலுக்கும் 200 ரூபாய் அரையம் விதிக்கப்படும் என்றும், இசைத் தட்டாக வெளியிட்டால் விற்பனை விலையில் 2.5 சதவீதம் விதிக்கப்படும் என்றும் குழு பரிந்துரைத்தது.[16] இவ்விதிகள் அரசாங்கத்தால் ஏற்றுக்கொள்ளப்பட்டு நடைமுறைக்கும் வந்தன.

இவ்விதிமுறைகளின்படி நூலாசிரியர்களும் பதிப்பாளர்களும் திரைப்படத் தயாரிப்பாளர்களும் இசைத் தட்டு கம்பெனிகளும் விடுத்த வேண்டுகைகளுக்கு ஒப்புதல் வழங்கும் பொறுப்பும் குழுவைச் சார்ந்ததானது. ம.ப. பெரியசாமித் தூரன் போன்ற இரண்டொருவருக்கு மட்டும் கட்டணமின்றிப் பாரதி எழுத்து களைப் பயன்படுத்திக்கொள்ள விதிவிலக்கு அளிக்கப்பட்டது.

கட்டண விகிதங்கள் பற்றிய இந்த நடைமுறைகள் ஓராண்டுக்குப் பின்பற்றப்பட்ட நிலையில், நூல்களில் பாரதி எழுத்துகளைப் பயன்படுத்துவதற்கான அனுமதி வழங்கும் பொறுப்பைப் பொதுக் கல்வி இயக்குநரே ஏற்றுக்கொள்ள வேண்டுமெனக் குழு கருதியது. ஏறத்தாழ மூன்று மாதங்களுக்கு ஒரு முறை மட்டுமே குழுக் கூட்டங்கள் நடைபெற்றுவந்த நிலையில் குழு இப்பொறுப்பினைத் தட்டிக் கழிக்க நினைத்ததில் வியப்பில்லை. மேலும், பாரதியின் படைப்புகளுக்கு அங்கீகரிக்கப்பட்ட பதிப்பைக் கொண்டுவருவதன் முதன்மையினையும் அது உணர்ந்திருந்தது. ஆனால், திரைப்படங்கள் இசைத் தட்டுகளில் பாரதி பாடல்களைப் பயன்படுத்தும் கோரிக்கைகளைக் கருதும் பொறுப்பை மட்டும் தொடர்ந்து தக்கவைத்துக்கொள்ளக் குழு விரும்பியது!

பாரதி பாடல்களைக் கையாள விரும்பி விடுக்கப்பட்ட கோரிக்கைகள் தொடர்பான அரசாணைகள் ஆவணக்காப்பகத்தில் குவிந்துள்ளமை பாரதியின் வெகுசனச் செல்வாக்கிற்குக் கட்டியங் கூறுகின்றன.[17] ஆனால் தனிமனிதர்களின் கையிலிருந்த உரிமை அரசாங்கத்தின் பிடியில் சிக்கிவிட்டதாகப் புகார் எழுந்தது. புத்தக வியாபாரிகளுக்குத் தள்ளுபடி தருவதில் ஏற்பட்ட சிக்கல்களும் மனத்தாங்கல்களுக்கு இடமளித்தன. மறுவெளியீடு செய்வதற்கு கட்டணம் விதிக்கப்பட்டதும் வருத்தத்திற்கு இடமளித்தது. அரசாங்கத்தின் போக்கு பொதுவாகப் பாரதி அன்பர்களுக்குக் கொதிப்பையே ஏற்படுத்தியது. 'அரசாங்க இலாகாவின் சிவப்பு நாடா முறைகளால் நூல் பிரதிகள் இருப்பதும் இல்லாததும் தெரியாமல் சில வருஷங்கள் பொதுமக்கள் கஷ்டப்பட்டார்கள். நூல் இருப்பது தெரிந்தவர்கள்கூட வெளியூர்களிலிருந்து தருவிப்பது அநேகமாய் சாதிக்க முடியாத காரியமாகவே இருந்துவந்தது' என்கிறார் ரா.அ. பத்மநாபன்.[18]

அங்கீகரிக்கப்பட்ட அரசாங்கப் பதிப்பு

பாரதி பிரசுராலயம் கைமாற்றிக் கொடுத்த பாரதி நூல்களின் கையிருப்பு தீர்ந்துவந்த நிலையோடு, பல நூல்கள் அச்சில் இல்லாத சூழ்நிலையில் மிக அவசரமாகப் பாரதி நூல்களைச் செம்மையாக வெளியிட வேண்டிய தேவையும் நெருக்கடியும் ஏற்பட்டன. இதன் விளைவாகப் பாரதி நூற் குழுவின்மீது அழுத்தம் கூடியது.

30 ஜூன் 1951இல் கல்கியின் சென்னை அடையாறு காந்தி நகர் நான்காம் பிரதான வீதி இல்லத்தில் கூடிய குழுவின் கூட்டத்தில்

பாரதியின் மொத்த எழுத்துகளையும் ஆறு தொகுதிகளாக வெளியிட வேண்டியது அவசரத் தேவை ('*urgently necessary*') என்று முதல் தீர்மானம் நிறைவேற்றப்பட்டது. இதன்பொருட்டு ரா.பி. சேதுப் பிள்ளை, பரலி சு. நெல்லையப்பர், மு. வரதராசன், கி.வா. ஜகந்நாதன் ஆகியோரைக் கொண்ட ஒரு குழுவை நியமித்து, பாரதியின் படைப்புகளை வகைதொகைப்படுத்தி அளிக்க வேண்டும் எனப் பரிந்துரைத் தீர்மானமும் இயற்றப்பட்டது. இப்பணியைச் செய்வதற்குரிய ஏந்துகளை அரசாங்கம் நல்கிட வேண்டும் என்று கேட்டுக்கொண்ட குழு, பாரதியின் நூல்களை அரசு அச்சகத்தை விடத் தனியார் அச்சகங்களில் அச்சிடுவதே பயன் தருவதாக இருக்குமெனவும் கருத்துரைத்தது.

மொத்த தொகுதிகளாக வெளியிடுவதைவிடத் தனித் தனிப் படைப்புகளைச் சிறு நூல்களாக வெளியிடுவதே தேவை என்றும், அவ்வாறு வெளியிட்டால் குறைந்த விலை காரணமாக எளிதில் விற்கலாம் என்றும் பொதுக் கல்வி இயக்குநர் கல்விச் செயலருக்குக் கருத்துரை வழங்கினார். மேலும், அரசாங்க அச்சகத்தில் அச்சிடுவதே விலை குறைவாக அமையும் என்றும் கருதினார்!

பாரதி நூல்களைப் பதிப்பிப்பதற்கான உட்குழு பலமுறை சந்தித்து, பாடல்களை வகைப்படுத்தி, அச்சுக்கு அணியமாக்கி யிருந்த நிலையில் அதனை வெளியிடுவதற்குரிய ஏந்துகள் பற்றிய தீர்மானத்தின்மீது ஏழு மாதங்களாகியும் அரசாங்கம் முடிவெடுக்காத நிலையில் கல்கி ஒரு நினைவூட்டுக் கடிதம் எழுதினார். இதற்குப் பதிலெழுதிய அரசாங்கம் உட்குழுவிற்கான அவசியத்தை நியாயப்படுத்துமாறு கேட்டுக்கொண்டதோடு, அரசாங்க அச்சகத்தில் மட்டுமே நூல்களை அச்சிட வேண்டும் என்ற தன் முடிவையும் அறிவித்தது. அரசாங்க அச்சகத்தில் அச்சிட வேண்டும் என்ற முடிவு நூல் வெளியீட்டைத் தாமதப்படுத்தியது என்பதைத் தனியே சொல்ல வேண்டியதில்லையல்லவா?

அரசாங்க அச்சகத்தில் வேலைச் சுமை அதிகம் என்பத னாலேயே தனியார் அச்சகங்களை நாடலாம் என்ற பரிந்துரை செய்யப்பட்டது என்று கூறிய குழு, நேர்த்தியாகவும் குறித்த காலத்திலும் அச்சுப் பணிகள் நடக்குமெனில் அங்கு அச்சிடத் தடையில்லை என்று தன் இசைவை அரைமனத்தோடு தெரிவித்தது. மேலும் நிலையான ஊழியர்களோ, நிதி ஒதுக்கீடோ தேவையில்லை என்றும், எழுத்தர் உதவி, மெய்ப்புப் பார்த்தல் முதலான வேலைகளுக்குரிய பண ஒதுக்கீடு மட்டும் இருந்தால் போதும் என்றும் குழு தெளிவுபடுத்தியது. பாரதியின் நூல்கள் தக்க வல்லமையுடைய அறிஞர்களின்

மேற்பார்வையிலேயே பதிப்பிக்கப்பட வேண்டும் என்பதே வெகுசன எதிர்பார்ப்பென்பதாலேயே உட்குழு அமைக்கப்பட்டது என்றும் அதற்கான அவசியத்தைத் தெளிவுபடுத்தியது.

இதற்குப் பிறகு 9 ஜூன் 1952இல் நூற் குழு கல்விச் செயலரோடு கலந்துகொண்டு பின்வரும் முடிவுகளை எடுத்தது. கவிதைகளையே முதலில் வெளியிடுவது என்றும், அரசாங்க அச்சகத்தில் அச்சிடப்படும் இந்த நூல் மொத்த தொகுப்பாக, உயர்ந்த தாளில், கவர்ச்சிகரமான அமைப்போடு நூலகப் பதிப்பாக ஓராயிரம் பிரதிகளும், அதே நூலை நான்காகப் பிரித்து, விலை குறைந்த தாளில் இன்னொரு ஆயிரம் படிகளும் அச்சிடுவது என்றும் முடிவெடுக்கப்பட்டது. ஒவ்வொரு தொகுப்பிலும் பாரதியின் புகைப்படத்துடன் வாழ்க்கைக் குறிப்பும் இணைக்க வேண்டும் என்றும் தீர்மானிக்கப்பட்டது. நூல் விற்பனையாளர்களுக்கு 25 சதவீதம் விற்பனைக் கழிவு தரலாம் என்பதும் ஒரு முடிவாகும்.

அச்சகத்திற்கு அனுப்ப வேண்டிய பிரதி (press copy) சி. விஸ்வநாத ஐயரால் தயாரிக்கப்படும் என்றும், மெய்ப்புப் பார்க்கும் பணியைக் கி.வா. ஜகந்நாதனோ மு. வரதராசனோ மேற்கொள்வார் என்றும், இதில் உதவுவதற்கு 250 ரூபாய் ஊதியத்தில் ஒரு மெய்ப்புத் திருத்துநரை அமர்த்துவ தென்றும் முடிவு செய்யப்பட்டது. இந்தப் பணி அப்போது சென்னை அரசு கலைக் கல்லூரியில் துணைப் பேராசிரியராக இருந்த மு. சண்முகம் பிள்ளைக்குத் தரப்பட்டது. (இவர் பதிப்பு நுட்பங்களைப் பேராசிரியர் வையாபுரிப் பிள்ளையிடம் பயின்றவர் என்பது குறிப்பிடத் தகுந்தது.) இவருடைய ஊதியம் 500 ரூபாயாகப் பின்னர் உயர்த்தப்பட்டது.[19]

பாரதி நூல்கள் விற்பனைக்குக் கிடைக்காத நிலையில் அவை தேவை என்ற கோரிக்கை கூடிக்கொண்டேயிருந்தது. கையிருப்பிலிருந்த நூல்களை விற்றுவந்த சென்னை மவுண்ட் ரோடு அச்சகப் பிரிவிலிருந்த புகார் ஆலோசனைக் குறிப்பேட் டில் பலர் தம் கருத்துகளைப் பதிவு செய்தனர். பாரதியின் பதிப்புரிமை அரசுடைமையானது தவறான முடிவோ என்று கருதும் அளவுக்கு நிலைமை இருந்தது என்றால் அது மிகை இல்லை.

இதற்கிடையில் எவ்வளவோ அரசியல் மாற்றங்கள் நிகழ்ந்து விட்டன. காங்கிரஸ் உட்கட்சி மோதல்களின் விளைவாகப் பாரதி நூல்களை நாட்டுடைமையாக்கிய இரண்டு மாத அளவிலேயே ஓமந்தூர் பி. இராமசாமி ரெட்டியார் பிரதமர் பதவியிலிருந்து விலகி பி.எஸ். குமாரசாமி ராஜா பதவிக்கு வந்துவிட்டார். 26

ஜனவரி 1950இல் இந்தியா குடியரசான நிலையில் சென்னை மாகாணம் *(Madras Province)* சென்னை மாநிலமாகி *(Madras State)*, பிரதமர் *(Premier)* என்ற பதவி முதலமைச்சர் *(Chief Minister)* எனப் பெயர் மாற்றப்பட்டு, குமாரசாமி ராஜா முதல்வராகத் தொடர்ந்தார். 1952 முதல் பொதுத் தேர்தலில் சென்னை மாநிலத்தில் காங்கிரஸ் பெரும்பான்மை பெற முடியாத நிலையில், சி. ராஜகோபாலாச்சாரி (ராஜாஜி) தலைமையில் குதிரை வியாபாரத்தின் விளைவாகக் காங்கிரஸ் ஆட்சியைக் கைப்பற்றியது.

இந்த அரசியல் கொந்தளிப்புகளிடையே பாரதி நூல் வெளியீட்டைப் பற்றிக் கவலைப்படும் அரசியல் தலைவர்கள் எவரும் இல்லை. இந்த நிலையில் வேறுவேறு வழிகளிலும் நெருக்கடிகள் மிகுந்தன. ஸ்ரீரங்கத்திலிருந்து ஒரு பாரதி அன்பர் முதல்வர் ராஜாஜிக்கு நேரடியாகவே ஒரு கடிதம் எழுதிவிட்டார். ‘ஸ்வாமி ஸன்னதிக்கு விஞ்ஞாபனம்’ என்று தொடங்கிய அக்கடிதம், பாரதி படைப்புகள் அரசாங்க உரிமையாக ஆகிவிட்ட நிலையில், ‘தனிப்பட்ட முறையில் சர்க்காரின் அனுமதியின்றி வேறு ஒருவரும் ஸ்ரீ பாரதியாரின் எவ்விதமான புஸ்தகங்களை பரிசிரக்க முடியவில்லை. நான் கேட்டு தெரிந்துகொண்ட அளவில் சர்கார் கேட்கும் மான்யம் *(royalty)* அதிகம் என்று கருதுவதாகத் தெரிகின்றது. ஷெ புஸ்தகங்களை சர்காராலும் பரிசிரக்க முடியாமல் இருக்கிறது. ஆகையால் தேவரீர் கிருபை செய்து சர்காராலேயே ஸ்ரீ சுப்பரமணிய பாரதியாரில் தற்சமயம் ஏதோ அச்சில் இருக்கும் சில புஸ்தகங்கள் இல்லாமல் மற்றவைகளை அச்சடிக்க ஏற்பாடு செய்ய வேணுமாய்ப்’ பிரார்த்தித்து, ‘தேவரீர் சித்தம் பெருமாள் அனுக்ரஹம்’ என்று முடித்திருந்தார்.[20]

இக்கடிதத்தைக் கண்டு துணுக்குற்ற ராஜாஜி, ‘பாரதியின் படைப்புகள் பற்றிய இன்றைய சரியான நிலை என்ன? இதைப் பற்றி எனக்கு எதுவும் தெரியவில்லை. சுருக்கமானதும் துல்லியமானதுமான ஒரு குறிப்பை விரும்புகிறேன்’ *(‘What is the exact position about Bharatiars's works now? I am wholly ignorant. I would like to have a brief and accurate note.’)* என்று கல்விச் செயலருக்கு 20 செப்டம்பர் 1952இல் குறிப்பெழுதினார்.

பாரதி படைப்புகள் அரசுடைமை ஆனது தொட்டு நடந்தவற்றை விரிவான ஒரு குறிப்பாகக் கல்வித் துறை வழங்கியதன் அடிப்படையில், ‘அங்கீகரிக்கப்பட்ட அரசு பதிப்பிற்கு’ யார் உண்மையில் பொறுப்பாளிகள் என்று வினவியதோடு, இந்தப் பணி விரைவில் முடிக்கப்பட்டு அடக்க விலையில் அனைத்து நூலகங்களுக்கும் புத்தகங்களை விநியோகிக்க வேண்டும் என்று ராஜாஜி குறிப்பாணை எழுதினார்.

கல்வி அமைச்சர் சி. சுப்பிரமணியமும் விரைவில் பாரதி நூல்கள் வெளிவரும் தேவையைத் தாம் நன்குணர்ந்திருப்பதாகவும், பாரதி நினைவு நாளான 11 செப்டம்பருக்குள் பாரதி கவிதைகள் வெளியாகிவிடும் என்றே தாம் நம்பியிருந்ததாகவும், அது இப்பொழுது சாத்தியமில்லை என்பதையும் 1952 செப்டம்பர், அக்டோபரில் ராஜாஜி வரைந்த குறிப்பாணைகளுக்கு எதிர்வினை யாக, ஏறத்தாழ ஓராண்டு கழித்து 28 ஆகஸ்டு 1953இல் எழுதினார்!

கடைசியில் 1954 மே மாதத்தில்தான் அரசாங்கத்தின் எழுதுபொருள்–அச்சகத்தின் கட்டுப்பாட்டாளர், பாரதி கவிதைகள் முழுத் தொகுதி அச்சாகிவிட்டதென்றாலும், நூலகப் பதிப்புக்காக நூலின் முதுகில் தங்க எழுத்துகள் பொறிப்பதற்கு மட்டும் மேலும் காலம் ஆகும் என்று அறிவித்தார்![21] இதற்குள் குலக் கல்வித் திட்டத்திற்கு எதிரான திராவிடர் கழகம், திராவிட முன்னேற்றக் கழகம், காங்கிரஸ் கட்சிக்குள்ளேயான எதிர்ப்பு ஆகியவற்றின் விளைவாக ராஜாஜி பதவி விலகி, காமராசர் முதல்வராகி இருந்தார்.

இந்த வகையில், பாரதி அரசுடைமையாக்கப்பட்ட அறிவிப்பு வெளியிடப்பட்டு ஐந்தரை ஆண்டுகளுக்குப் பிறகு, நான்கு முதலமைச்சர்களைக் கண்ட பிறகே பாரதி நூல்கள் புதியதாக அச்சாயின.

இந்த நிலையில் 5 டிசம்பர் 1954இல் பாரதி நூற் குழுவின் தலைவர் கல்கி காலமாகிவிட்டார். பாரதி நூல் வெளியீடுகள் தொடர்பாகத் தீர்க்கப்பட வேண்டிய பிரச்சனைகள் பல இன்னும் நிலுவையிலிருந்த சூழலில் குழுவைச் சீரமைக்க வேண்டிய கட்டாயம் எழுந்தது. மு.வரதராசனைக் குழுவில் அமர்த்தலாம் என்பதாகப் பொதுக் கல்வி இயக்குநரின் பரிந்துரை அமைந்தது. கல்வி அமைச்சர் சி. சுப்பிரமணியம் குழு உறுப்பினர்களைக் கலந்துகொண்டு மு. வரதராசனைக் குழு உறுப்பினராகவும், அப்பொழுது தமிழ் வளர்ச்சிக் கழகம் தயாரித்துவந்த தமிழ்க் கலைக்களஞ்சியத்தின் தலைமைப் பதிப்பாசிரியராக விளங்கிய ம.ப. பெரியசாமித் தூரனைக் குழுவின் கூட்டுநராகவும் *(convenor)* அமர்த்தலாமெனக் குறிப்பெழுதினார். பாரதி தொடர்பாகத் தூரன் கணிசமான ஆராய்ச்சி செய்திருந்ததையும் அவர் சுட்டினார். புதிய முதல்வர் காமராசர் இதற்கு ஒப்புதலளித்தார்.

மேலும் இக்குழுவிற்கு *Bharathi Works Publication Advisory Committee* என்று அதன் ஆலோசனைப் பணிக்கு அழுத்தம் கொடுக்கும் வகையில் புதுப்பெயரும் இடப்பட்டது.

சென்னை மாநில அரசாங்கம் பாரதி கவிதைகள் நூலை வெளியிட்ட வேகமும் விலையும் திருப்தி தருவதாக இல்லை.

பாரதி கவிதைகளின் நூலகப் பதிப்பு ஏழரை ரூபாய்க்கு விலை குறிக்கப்பட்டிருந்தது. இதன் தொடர்பில் பல்வேறு தரப்பிலிருந்தும் விமரிசனங்கள் எழுந்தன.

இதைப் பற்றிச் சட்டமன்றத்தில் பொதுவுடைமைக் கட்சி உறுப்பினர் ப. ஜீவானந்தம் கேள்வி எழுப்பினார்.

> மகாகவி பாரதியாரின் பாடல்கள் ஒரு தனிமனிதரின் உடமையாக இருக்கக் கூடாது. அது காந்திய இலக்கியம் மாதிரியாக தமிழ்நாட்டு மக்கள் எல்லாருக்கும் சொந்தமாக இருக்க வேண்டும். அது எல்லாருக்கும் மிகக் குறைந்த விலையில் கிடைக்க வேண்டும் என்ற காரணத்தையெல்லாம் கொண்டுதான் சர்க்காரே அதன் உடமைகளை வாங்கினார்கள். ஆனால் இன்றைக்கு பாரதி பாடல்களின் தொகுப்புக்கள் மிக உயர்ந்த விலையில்தான் சர்க்காரால் விற்கப்படுகிறது. அதுவும் எல்லாப் புத்தகங்களும் கிடைக்கவில்லை. இதைச் சர்க்கார் கவனித்து எல்லாருக்கும் மலிவான விலையில் கிடைக்கும்படியான ஒரு ஏற்பாட்டை ஏன் செய்யவில்லையென்று நான் கேட்கிறேன்.

கோயம்புத்தூர் *நவ இந்தியா* (11–9–1954) இதழ் 'அமரகவிக்கு அஞ்சலி' என்ற தலைப்பில் எழுதுகையில், 'இந்த ஒப்பற்ற பொக்கிஷங்கள் இப்போது கிடைப்பதுதான் குதிரைக் கொம்பாக இருக்கிறது' என்றது.

> 'தேசீயக் கவிஞரான மகாகவியின் இலக்கியங்கள் தேசத்தின் பொதுச் சொத்து, அவரது கருத்துகளைப் பரப்பும் பொறுப்பு முழுவதும் இனி சர்க்காருடையது' எனக் கூறி சென்னை சர்க்கார் நான்கு ஆண்டுகளுக்கு முன்னர், பாரதி நூல்களின் பிரசுர உரிமையை பாரதி பிரசுராலயத்தாரிடமிருந்து விலைக்கு வாங்கிக்கொண்டார்கள் . . . 'ஏழை எளியவர்களும் வாங்கிப் படிக்கும் விதத்தில் பாரதி நூல்கள் இனி மலிவுப் பதிப்புகளாக வெளியிடப்படும். அவரது புலமைக்கு வேறு நாட்டவரும் தலை வணக்கம் செய்யக்கூடிய விதத்தில் பிற மொழிகளிலும் பெயர்த்து வெளியிடுவார்கள்' என்றெல்லாம் அவர்கள் நம்பிக்கையுடன் எதிர்பார்த்தார்கள். ஆனால் நான்கு ஆண்டுகள் கழிந்த பின்னரும் அந்த நம்பிக்கை பூர்த்தியடைவதற்கான அறிகுறிகளே காணோம். மலிவுப் பதிப்புகள் இல்லாவிட்டால் போகிறது; சாதாரணப் பதிப்புகளாவது கிடைக்குமா என்றால் அவைகளும்கூட இப்போது கிடைப்பது அரிதாகிவிட்டன. சர்க்காரின்

பாராமுகத்தைப் பார்த்து, 'உபகாரம் வேண்டாம்; சும்மா விட்டால் போதும்' என்று சொல்லும் அளவுக்கு நிலைமை சென்றுகொண்டிருக்கிறது.

என்று வருந்திய *நவ இந்தியா*, அரசாங்கத்திற்கு இருக்கும் பல்வேறு வேலைகளுக்கிடையில் இதற்குப் போதிய கவனம் செலுத்த முடியாவிட்டால் தமிழ் வளர்ச்சிக் கழகம் போன்ற தமிழ் அமைப்புகளிடம் இப்பொறுப்பைக் கொடுத்து, மானியம் வழங்கி, மலிவுப் பதிப்பு வெளிவரச் செய்யலாம் என்றும் கூறியது.

இந்தப் பின்னணியில், சரியான பாடத்துடன்கூடிய அங்கீகரிக்கப்பட்ட வடிவத்தை வெளியிட்ட பின்னர், எவரும் பாரதி பாடல்களை வெளியிடும்வண்ணம் உரிமையை விட்டுக்கொடுக்கலாம் என்பது அரசின் கொள்கை முடிவு என ராஜாஜி மார்ச் 1954இலும், நிதி அமைச்சர் சி. சுப்பிரமணியம் மே 1954இலும் சட்டமன்ற அவையிலேயே தெரிவித்தனர்.[22]

கடைசியில் 14 மார்ச் 1955இல்தான் சட்டமன்றத்தில் இவ்வறிவிப்பை நிதி அமைச்சர் சி.சுப்பிரமணியம் செய்தார். பாரதி பாடல்களின் முழு உரிமையையும் பொது மக்களுக்கென விடுவித்துவிடுவதென்று அறிவித்ததோடு, ஒரே ஒரு கட்டுப்பாடு மட்டும் இருக்கும் என்றார். அதாவது, பொதுமக்கள் பாரதி பாடல்களைப் பயன்படுத்தும்போது அரசு வெளியிட்ட அங்கீகரித்த வடிவத்தையே கைக்கொள்ள வேண்டும் என்றும், அதிலிருந்து எவ்வித மாறுபாடுகளும் இருக்கலாகாது என்றும் தெளிவுபடுத்தினார். 'சில தனிநபர்களின் கைகளில் சிறைப்பட்டிருந்த பாரதியின் கவிதைப் படைப்புகள் பின்னர் தலைமைச் செயலகத்தின் நான்கு சுவர்களில் சிறைப்பட்டிருந்த நிலை மாறி இனி முழுவதுமாக விடுவிக்கப்பட்டு முழுச் சுதந்திரம் பெற்றுவிட்டன' என்று பாவ மன்னிப்புக் கேட்கும் தோரணையில் அறிவித்தார். பாரதியின் உணர்ச்சி தமிழகம் முழுதும் பரவி தமிழரிடையே புது மலர்ச்சியை ஏற்படுத்தும் என்றும் உறுப்பினர்களின் ஆரவாரக் கையொலிக்கிடையே அவர் அறிவித்தார்.[23]

சம்பந்தப்பட்ட அரசாணையின் குறிப்புகளை உற்று நோக்கும்போது பாரதியின் படைப்புகளின் அங்கீகரிக்கப்பட்ட அரசு பதிப்பு வெளிவந்த பின்னரும் அரசிடமே பதிப்புரிமை இருக்க வேண்டும் என்றும், அவற்றை வெளியிட அரையம் வசூலிக்க வேண்டும் என்றும் அதிகாரிகள் விரும்பியதாகத் தெரிகிறது. இந்தியக் காப்புரிமைச் சட்டம் நாடாளுமன்றத்தில் திருத்தப்படவிருந்த நிலையில் (1957), அது நிறைவேறும்வரை காத்திருக்கலாம் எனவும் சில அதிகாரிகள் கருதியிருந்தனர். இது வெகுசனக் கருத்துக்கும் உணர்வுக்கும் மாறானது என்பதை

நன்குணர்ந்த காமராசர், சி. சுப்பிரமணியம் முதலான அரசியல் தலைவர்கள் அதனை மறுத்து இந்த அறிவிப்பை வெளியிட்டனர் என்பது தெளிவாகத் தெரிகிறது.[24]

அது மட்டுமல்லாமல், பாரதியின் கவிதை நூல்களை எவர் வேண்டுமானாலும் தடையின்றி வெளியிட்டுக்கொள்ளலாம் என்று அரசாங்கம் அறிவித்த பின்னர் பல்வேறு தனியார் பதிப்பகங்கள் அவற்றை வெளியிட்டுவந்த நிலையில், மேற்கொண்டு அரசாங்கப் பதிப்பின் மறு அச்சுகளை வெளியிட வேண்டாம் என்றும் அரசாங்கம் முடிவெடுத்து, பாரதி நூல் வெளியீட்டு ஆலோசனைக் குழுவுக்கும் தன் முடிவைத் தெரிவித்துவிட்டது. ஆனால், அங்கீகரிக்கப்பட்ட பாடத்தைத்தான் தனியார் பதிப்பகங்கள் வெளியிடுகின்றனவா என்பதை உறுதிப்படுத்த எந்த அமைப்பினையோ, நடைமுறையினையோ அரசாங்கம் உருவாக்கவில்லை.

அடுத்த கட்டமாக, பாரதியின் உரைநடைப் படைப்புகளை வெளியிடுவது பற்றிய பேச்சு எழுந்தது. உரைநடைப் படைப்புகளைப் பதிப்பிப்பதற்கென ரா.பி. சேதுப் பிள்ளை, கி.வா. ஜகந்நாதன், மு. வரதராசன், பெ. தூரன் ஆகியோர் அடங்கிய ஒரு உட்குழு அமைக்கப்பட்டது. *சௌபாக்கியம்* என்ற இதழின் ஆசிரியரான வித்துவான் பி.சி. லிங்கம் என்பவர் பிழைதிருத்துநராக நியமிக்கப் பட்டார்.[25]

அரசுடைமையாக்கம் அறிவிக்கப்பட்டு, நான்கைந்து ஆண்டுகளுக்குப் பிறகு 1954இல்தான் பாரதி கவிதைகளின் அரசு அங்கீகாரம் பெற்ற பதிப்பு வெளிவந்ததென்றால், அதற்கும் ஐந்தாண்டுகளுக்குப் பிறகே பாரதியின் கதைகளும், கட்டுரைகளின் முதல் தொகுப்பான 'தத்துவம்' என்ற பகுதியும் 1959இல் வெளியாயின. மூன்றாம் பகுதியான 'சமூகம் – சமயம்' 1961இலும், நான்காம் பகுதி ('அரசியல்') 1963இலும் வெளியாகி அரசு அங்கீகாரம் பெற்ற பாரதி நூல் பதிப்புத் திட்டம் நிறைவுற்றது. பாரதி கவிதைகள் வெளியிடுவதில் ஏற்பட்ட தாமதத்திற்கு எதிராகக் கூக்குரலும் ஆவலாதிகளும் எழுந்தது போல் உரைநடை நூல் வெளியீட்டின் தாமதம் பற்றி எந்த முணுமுணுப்பும் எழவில்லை. பாரதியின் கவிதைகளுக்குள்ள ஏற்றமும், அவனுடைய உரைநடை இரண்டாம் நிலையினதாகவும் கருதப்படும் நிலையில் இது புரிந்துகொள்ளக் கூடியதே.

பாரதியின் படைப்புகளுக்கான அரசாங்கப் பதிப்பின் குறைநிறைகளைப் பற்றி ஆராய இது இடமில்லை என்றாலும் சில செய்திகளைச் சொல்லி அமைவோம். பாரதி பிரசுராலயப் பதிப்புகளையே பெரிதும் ஒட்டி அமைந்தாலும், அரசாங்கப்

பதிப்புக் குழு செய்த வகைதொகை, மீண்டும்மீண்டும் பல பதிப்பகங்கள் செய்த பல லட்சக்கணக்கான மறுபதிப்புகளால் நிலைபேறடைந்துவிட்டது. தேசியப் பாடல்கள், தெய்வீகப் பாடல்கள், பல்வகைப் பாடல்கள், தன்வரலாறும் பிற பாடல்களும், முப்பெரும் பாடல்கள் என்ற வகைப்படுத்தல் பாரதி கவிதைத் தொகுப்புகளில் நன்கு ஊன்றிவிட்டது. 1957 ஏப்ரலில் சக்தி காரியாலயம் வெளியிட்ட ஒரு ரூபாய் விலையுள்ள மலிவுப் பதிப்பு நான்கே மாதங்களில் பதினைந்தாயிரம் படிகள் விற்றுத் தீர்ந்த நிலையில், அதே அமைப்புப் பல்வேறு பதிப்பகங்களால் கைக்கொள்ளப்பட்டது. 'உயிர் பெற்ற தமிழர் பாட்டு' போல் புதிதாகச் சேர்க்கப்பட்ட பாடல்கள் 'புதிய பாடல்கள்' என்ற பிரிவிலேயே அறுபதாண்டுகள் ஆன பின்னரும் அச்சிடப்பட்டு வருகின்றன! ('வானவில் பிரசுரம்' தன் மறுபதிப்பை 1982 வெளியிட்டபொழுது ஏராளமான பிற்சேர்க்கைகளை நீக்கியதோடு 'புதிய பாடல்கள்' என்ற பகுதியையும் நீக்கிவிட்டது. இதன் உரிமையை மணிவாசகர் பதிப்பகம் பெற்றபொழுது இந்தப் பகுதி இல்லாத நூலையே பல ஆண்டுகள் அச்சிட்டு வந்தது!)

பல்வேறு பாரதி அறிஞர்களால் புதிதாகக் கண்டுபிடிக்கப் பட்டுள்ள பாடல்கள் வெகுசனப் பதிப்புகளில் இடம்பிடிக்க முடியாத நிலை தொடர்ந்து நிலவுகிறது. ஒரு சிறிய பாரதி அன்பர் வட்டமே புதிய கண்டுபிடிப்புகளை அறிந்துள்ள அவலம் தொடர்கிறது.

அரசாங்கப் பதிப்பு செய்த தலைப்பு மாற்றங்களும் நிலைபெற்று விட்டன. பெரிதும் பிறமொழிக் கலப்பற்ற நற்றமிழைக் கவிதையில் கையாண்ட பாரதி, பாடல் தலைப்புகளைப் பொறுத்தமட்டில் அக்கால வழக்கையொட்டி சமஸ்கிருதம் சார்ந்த தமிழைக் கையாண்டான் என்பதை அறிவோம். ஏறத்தாழ 100 தலைப்புகளை, இருபதாம் நூற்றாண்டில் மேலோங்கிய போக்கான தனித்தமிழ் சார்ந்ததாகப் பதிப்புக் குழு இட்டது. ஆய்வாளர்களுக்கும், வரலாற்று ரீதியான புரிதலுக்கும் இது ஊறு செய்தாலும் பொதுசன அறிந்தேற்புக்கும் இயல்புக்கும் இத்தலைப்பு மாற்றங்கள் துணைசெய்தன என்பதை மறுப்பதற்கில்லை. ('பிஜித் தீவிலே கரும்புத் தோட்டங்களில் ஹிந்து ஸ்த்ரீகள்' என்பது 'கரும்புத் தோட்டத்திலே' என்றானது ஒரு நல்ல எடுத்துக்காட்டு.)

பாடங்களைப் பொறுத்தமட்டில் ஏற்கெனவே வெளியான பாரதி நூல் முதல் பதிப்புகள், பாரதி பிரசுராலய வெளியீடுகள், ஓரளவுக்கு சி. விஸ்வநாத ஐயர் ஒப்படைத்த கையெழுத்துப் படிகள் – இவற்றை அடியொற்றியே கொள்ளப்பட்டன. மேலும் பேராசிரியர் ச. வையாபுரிப் பிள்ளை, கவிமணி தேசிகவிநாயகம் பிள்ளை ஆகியோரின் ஆலோசனையும் பெறப்பட்டது. ஆனால்

பாரதி படைப்புகள் முதலில் வெளியான இதழ்கள் முதலானவை பயன்படுத்தப்படவில்லை. பண்டை இலக்கியங்களைப் பதிப்பிப்பதற்கு உருவான மூலபாட ஆய்வியல் போல் நவீன கவிதைகளுக்குரிய முறையியல் அக்காலத்தில் அமையவில்லை என்பதோடு, பதிப்புக் குழு உறுப்பினர்களுக்குப் பாரதி நூல் பதிப்பு முழுநேர வேலை அல்ல என்பதையும் கருத்தில் கொள்ள வேண்டும். எனினும் அரசாங்க விதிமுறைகளுக்கும் நடைமுறைகளுக்கும் உட்பட்டு அவர்கள் செய்த பணி பெரும் பாராட்டுக்குரியதே.

சான்றுக் குறிப்புகள்

[1] ஏவி. எம்., *எனது வாழ்க்கை அனுபவங்கள்*, ப. 93–4.

[2] எதிரொலி விசுவநாதன், *பாரதிக்கு விடுதலை*, ப. 86. விழா நிகழ்ந்த நாளை 20 மார்ச் 1949 என்று எதிரொலி விசுவநாதன் குறிப்பிட, சி. விஸ்வநாத ஐயரோ அதனை 17 மார்ச் 1949 எனகிறார். பின்னதே சரியாக இருக்கலாம்.

[3] எதிரொலி விசுவநாதன், *பாரதிக்கு விடுதலை*, ப. 86–8.

[4] *மணிக்கொடி*, 15 நவம்பர் 1937, ஆ. இரா. வேங்கடாசலபதி (ப–ர்), *புதுமைப்பித்தன் கட்டுரைகள்*, காலச்சுவடு பதிப்பகம், நாகர்கோயில், 2002, ப. 153–4.

[5] எதிரொலி விசுவநாதன், *பாரதிக்கு விடுதலை*, ப. 68.

[6] *சுதேசமித்திரன்*, 15–9–1916; *பாரதி கட்டுரைகள்: கலைகள்*.

[7] G.O. No. 1226, Education, 17-4-1950.

[8] இந்தப் பகுதி முழுவதும் G.O. No. 3788, Education & Public Health, 12-12-1949 என்ற அரசாணையின் அடிப்படையில் எழுதப்பட்டது.

[9] G.O. No. 1534, Education & Public Health, 13-5-1949.

[10] G.O. No. 3788, Education & Public Health, 12-12-1949.

[11] இந்தப் பகுதி முழுவதும் G.O. No. 1226, Education, 17-4-1950 என்ற அரசாணையின் அடிப்படையில் எழுதப்பட்டது.

[12] G.O. No. 1226, Education, 17-4-1950.

[13] G.O. No. 1259, Public (General B), 3-8-1954.

[14] *பிரசண்ட விகடன்*, ஏப்ரல் 1955: காண்க பின்னிணைப்பு xi.

15. Minutes Book, Bharathi Works Publication Committee.
16. Minutes Book, Bharathi Works Publication Committee.
17. G.O. No. 2727, Education, 29-8-1949; G.O. No. 3420, Education, 8-11-1949.
18. ரா.அ. பத்மநாபன், *சித்திர பாரதி*, காலச்சுவடு பதிப்பகம், நாகர்கோவில், *2006, ப. 192 (முதல் பதிப்பு 1957)*.
19. G.O. No. 2217, Education, 19-9-1952.
20. G.O. No. 1259, Public (General B), 3-8-1954.
21. G.O. No. 1259, Public (General B), 3-8-1954.
22. G.O. No. 1299, Public (General B), 18-4-1955.
23. G.O. No. 1299, Public (General B), 18-4-1955.
24. G.O. No. 1299, Public (General B), 18-4-1955; G.O. No. 1399, Public (General B), 18-4-1956.
25. G.O. 1399, Public (General B), 18-4-1956.

முடிவுரை

‘எங்கும் இல்லாத புதுமை கண்டோம்’ என்றவாறு பாரதியின் படைப்புகள் முதலில் அரசுடைமையும், பின்பு பொதுவுடைமையும் ஆயின. உலகில் வேறு எங்கும் இந்தப் புதுமை நடந்ததில்லை. இறந்துபட்ட படைப்பாளிகளின் பதிப்புரிமை அவர்களுடைய குடும்பத்தார், வாரிசுதாரர், பதிப்பகத்தார் ஆகியோரின் சொத்தாகவே இருந்துவந்துள்ளன. அச்சிட்ட புத்தகங்களின் உரிமை ஒருபுறமிருக்கக் கையெழுத்துப் படிகள், கடிதங்கள் முதலானவற்றின் நிலை அதைவிடக் கட்டுப்பாட்டுக்கு உட்பட்டதாக இருக்கின்ற நிலை ஆய்வுலகுக்குப் புதியதல்ல. சிக்மண்ட் ஃபிராய்டு இறந்து எழுபத்தைந்தாண்டுகள் ஆன பின்னரும் அவருடைய கோப்புகள் உள்ள ஃபிராய்டு ஆவணக்காப்பகத்தின் முன் அனுமதி பெறாமல் ஒரு எழுத்தையும் வாசிக்கவும் முடியாது. டி.எஸ். எலியட் கோப்புகளைப் படிக்கலாம்; ஆனால் மேற்கோள் காட்ட முடியாது.

கம்யூனிஸ்டு நாடாக இருந்த சோவியத் ஒன்றியம் காப்புரிமைச் சட்டத்தை ஏற்றுக்கொள்ளவில்லை. சோவியத் படைப்பாளர்களின் நூல்களை எவரும் வெளியிடலாம் என்ற தடையில்லா நிலையைக் கடைப்பிடித்த அதே வேளையில், மற்ற நாட்டினரின் நூல்களை சோவியத் ஒன்றியத்தில் வெளியிடுவதற்கும் உரிய பதிப்புரிமை கோரப்படுவதில்லை.

இந்தியாவில் காந்தியின் பதிப்புரிமை நவஜீவன் அறக்கட்டளைக்கு வழங்கப்பட்டு, அவர் மறைந்து அறுபதாண்டுகளின் பின்னர் 2009 ஜனவரி 1இல்தான்

பொதுவெளிக்கு வந்தது. ஜவகர்லால் நேருவின் காப்புரிமை 2024 இறுதிவரை சோனியா காந்தி குடும்பத்திடம் இருக்கும். தாகூர் தம் காப்புரிமையை விஸ்வபாரதிக்கு வழங்கியிருந்தார். அன்றிருந்த காப்புரிமைச் சட்டப்படி, எழுத்தாளர் மறைந்த ஐம்பதாண்டுகளுக்குப் பிறகு உரிமை தீர்ந்து பொதுவெளிக்கு வந்திருக்க வேண்டும். விஸ்வபாரதி கொடுத்த நெருக்கடி காரணமாக, அன்றைய காங்கிரஸ் அரசாங்கம் ஓர் அவசரச் சட்டத்தின் மூலமாக, தாகூரின் காப்புரிமைக்குச் சிறப்பு விதிவிலக்காகப் பத்தாண்டுகளுக்கு நீட்டிப்பு வழங்கியது.

தாகூர் பதிப்புரிமைக்கு வழங்கப்பட்ட நீட்டிப்புக்கு மேற்கு வங்க இடதுசாரி அரசாங்கம் உடந்தையாக இருந்ததையும் இங்கே சுட்ட வேண்டும். ஈ.எம்.எஸ். நம்பூதிரிபாடின் பதிப்புரிமையும் மார்க்சியக் கம்யூனிஸ்டு கட்சியின் சொத்தாக இருந்துவருகிறது. சகட்டுமேனிக்கு எல்லார் எழுத்துகளையும் நாட்டுடைமையாக்க வேண்டும் என்றும், தேவையானால் அரசாங்கம் இந்நடவடிக்கையை ‘வலுக்கட்டாயமாக’வும் எடுக்கலாம் என்றும் கருதும் தமிழக இடதுசாரிப் பண்பாட்டு அணியினர் இந்த முரண்பாட்டை எதிர்கொள்வதில்லை.

பாரதி நூல்கள் நாட்டுடைமையானது என்பது வரலாறு அதற்கு முன் அறியாதது; முன்னுதாரணம் இல்லாதது. இது நடந்தேறுவதற்குரிய சூழலைச் சற்றுப் பகுத்தாய்ந்து பார்க்க வேண்டும்.

தமிழ் நடுத்தர வர்க்கம் முதிராத நிலையில், அந்நிய அரசு ஆண்ட சூழலில், புத்தகச் சந்தை வளராத ஒரு காலத்தில் வாழ்ந்து வறுமை நிலையில் அகால மரணமடைந்தவன் பாரதி. இந்நூலின் முற்பகுதியில் விளக்கியவாறு, அவனுடைய நேரிடையான குடும்பத்தினரும் அவன் நூல்களை விற்றுப் பண ஆதாயம் பெற முடியவில்லை. அதன் விளைவாகக் காப்புரிமை கைமாறியது. காப்புரிமையும் நூல் வெளியீட்டு உரிமையும் ஒருவரிடமும், ஒலிப்பதிவு உரிமை மட்டும் வேறொருவரிடமுமாகக் கைமாறியது. நூல் பதிப்புரிமையைக் கடைசியில் வைத்திருந்தவர் பாரதியின் தம்பி முறையினராயினும், அவ்வுரிமையை அவர் குடும்பச் சொத்தாக அல்லாமல் வணிகமுறையிலேயே பெற்றார். இந்தக் காலப் பகுதியில்தான் பாரதியின் சமூக, பண்பாட்டு, இலக்கிய மதிப்பு உயர்ந்து, அவனுடைய படைப்புகள் ஒரு பெரும் பண்பாட்டுக் கருவூலமாக ஏற்றம் பெற்றன. 1947இல் இந்தியா விடுதலை பெற்று ஒரு புதிய சுதந்திர அரசாங்கம் ஆளத் தொடங்கியிருந்தது. இந்தத் தருணத்திலேயே ஒலிபரப்புக் கருவிகள் பரவலாகி, திரைப்படம் என்ற பெரும் முதலீடு வேண்டிய கலை

வடிவமும் கோலோச்சத் தொடங்கியிருந்தது. இதன்வழிப் பாரதி படைப்புகள் என்ற பண்பாட்டுக் கருவூலத்திற்குப் பொருளாதார மதிப்பு மிகக் கூடியது. ஒரு வக்கீல் நோட்டீசு, பாரதி படைப்புகள் அனைவருக்கும் சொந்தமாக வேண்டும் என்ற கோரிக்கைக்கு வழிவகுத்தது. ஒரு புதிய அரசாங்கம் இக்கோரிக்கைக்குச் செவிமடுக்க வேண்டிய கட்டாயமும் உருவானது. பாரதியின் மனைவி மக்களிடம் காப்புரிமை தங்கியிருந்தால் இத்தகைய கோரிக்கை எழுந்திருக்க முடியுமா; அப்படி எழுந்திருந்தாலும் வென்றிருக்க முடியுமா என்பன முக்கியக் கேள்விகள். பாரதியின் படைப்புகள் மூலமாக இயல்பான ஆதாயம் முதல் கொள்ளை லாபம் வரை வேறு பலர் ஈட்டிவர, பாரதியின் மனைவி மக்கள் வறுமையிலிருந்த நிலை இக்கோரிக்கைக்குப் பேரளவிலான வலுவைச் சேர்த்தது.

பாரதியின் படைப்புகள் நாட்டுடைமை ஆனதால் விளைந்த பயன்கள் என்ன? பாரதியின் படைப்புகளுக்கு அங்கீகரிக்கப்பட்ட பதிப்புகளைக் கொண்டுவருவதில் சுணக்கமும் கால தாமதமும் ஏற்பட்டாலும், அரசாங்கப் பதிப்புகளை அடியொற்றிப் பல்வேறு தனியார் பதிப்பகங்கள் பாரதி கவிதைகளைப் பொதுவாக ஏற்றுக்கொள்ளத்தக்க பதிப்புகளாக வெளியிட அவை வகைசெய்தன என்பதில் ஐயமில்லை. மிகக் குறைந்த எண்ணிக்கையிலேயே நூல்கள் வெளியிடக்கூடிய தமிழ்ச் சூழலில் பாரதியின் கவிதைகள் பதினாயிரக்கணக்கான எண்ணிக்கையில் அச்சாகி இன்று பலப்பல லட்சம் பிரதிகள், அதுவும் மிகக் குறைந்த விலையில், வெளியாகி, விலைப்பட்டு, எல்லார் கைகளிலும் தவழ்வது ஒரு சாதனையே ஆகும். (ஏறத்தாழ ஐந்நூறு பக்கம் உள்ள பாரதி கவிதைகள் நூறு ரூபாய்க்கு விற்கப்படுவது ஒரு பதிப்புலக அதிசயம் என்றே சொல்லலாம்.) எவ்வளவு ஆற்றல் உள்ள ஒரு பதிப்பகமும் இதனைச் செய்திருக்க முடியாது என்பதில் இரு வேறு கருத்துக்கு இடமில்லை.

வேறு வகையிலும் நாட்டுடைமையாக்கம் நல்விளைவுகளை ஏற்படுத்தியுள்ளது. காப்புரிமைத் தடை இல்லாததால் பல்வேறு பாரதி அன்பர்கள் வெளிவராத, தொகுக்கப்படாத பாரதி எழுத்துகளைத் தேடிக் கண்டெடுக்கவும், நூலாக்கவும் வழி திறந்துவிடப்பட்டது. காப்புரிமையிலிருந்து விடுதலை என்பது இதற்கு இன்றியமையாத ஒரு முன்னிபந்தனையாகும். மேலும், வெவ்வேறு பதிப்பகத்தினர், வெவ்வேறு ஆய்வாளர்கள் அவ்வவர்களுக்கு உவந்த முறையில் பதிப்புகளை வெளியிட வாய்ப்பு ஏற்பட்டிருக்கிறது. பெ. தூரன், ரா.அ. பத்மநாபன், வி.ஜி. சீனிவாசன் முதலான முன்னோடி ஆய்வாளர்களின் பாரதி பணி இந்த அடிப்படையிலேயே முளைத்துக் கிளை பரப்பின. (சீனி. விசுவநாதனின்

பணிகள் பாரதி மறைந்த ஐம்பதாண்டுகளுக்குப் பிறகே, அதாவது பதிப்புரிமைச் சட்டப்படி 1971இல் இயல்பாகவே பொதுவெளிக்குப் பாரதி படைப்புகள் வந்திருக்கக்கூடிய தருணத்திற்குப் பிறகே திரட்சி பெற்றன.)

'பாரதியாரின் எழுத்துக்கள் உரிமை தீர்ந்தவை எனினும், அவரது கடிதங்களைப் படமெடுத்துள்ளது படமெடுத்தவர்களின் உரிமை. அவைகளைத் தக்க அனுமதியின்றி எடுத்து வெளியிடுதல் கூடாது' என்று ரா.அ. பத்மநாபனும்,[1] 'விமர்சனங்களுக்கல்லாது வேறு வகையில் இத்தொகுதியில் உள்ள தகவல்களைப் பயன்படுத்த விரும்புவோர் அவசியம் பதிப்பாசிரியரின் முன் அனுமதி பெற வேண்டும்' என்று சீனி.விசுவநாதனும்[2] தம் பாரதி ஆய்வு நூல்களின் அச்சுத் தகவல் பக்கங்களில் கட்டம் கட்டி அறிவித்திருந்தாலும் இதன் சட்ட அடிப்படை தெளிவாக இல்லை. இதை மீறும்போது பதிப்பாசிரியர்களால் எந்த நடவடிக்கையும் எடுக்க முடியவில்லை என்பதே உண்மை. சீனி. விசுவநாதனின் தொகுப்புகளிலிருந்து, குறிப்புகள் உட்படத் திரட்டித் தொகுத்த ஒருவர் தம் பெயரில் *பாரதியின் கல்விச் சிந்தனைகள்* என்றொரு பதிப்பை வெளியிட்டுக்கொண்டார். அதேபோல் சீனி. விசுவநாதனின் பாரதி வாழ்க்கை வரலாற்றை ஒருவர் பக்கம்பக்கமாகத் தழுவித் தம் பெயரில் நூலாக்கிக்கொண்டார். இதைச் சட்டப்படித் தடுக்கும் பலம் பாரதி ஆய்வாளர்களுக்கு இல்லை என்பதே நிதர்சனம்.

தாகூர் பாடல்களை இப்படித்தான் பாட வேண்டும் என்று விஸ்வபாரதி கட்டுப்படுத்தியது போல் பாரதி பாடல்களைக் கட்டுப்படுத்தும் சட்டாம்பிள்ளை யாரும் இல்லை என்ற நிலையை நாட்டுடைமையாக்கம் ஏற்படுத்தியது. படைப்பூக்கம் உள்ள முறையில் எவ்வகையிலும் பாரதி படைப்புகளைப் பயன்படுத்தத் தடையில்லை என்பது முக்கியமான பண்பாட்டு விளைவாகும்.

பாரதி நாட்டுடைமையாக்கம் எல்லா வகையிலும் வெற்றி என்றே சொல்ல வேண்டும். இந்த முன்னுதாரணத்தைப் பின்பற்றி 1990இல் பாரதிதாசன் நூற்றாண்டின்போது அவருடைய படைப்புகள் நாட்டுடைமையாயின. அடுத்து, பட்டுக்கோட்டை கல்யாணசுந்தரம் வந்தார். 1995இல் திராவிட இயக்க மரபுக் காவலர் என்ற இடத்தைத் திமுகவிடமிருந்து தட்டிப் பறிக்க அண்ணாவின் படைப்புகள் அதிமுக அரசால் நாட்டுடைமையாக்கப்பட்டன.

1990களின் பிற்பகுதி தொடங்கி நூற்றுக்கும் மேற்பட்ட படைப்பாளர்கள் நாட்டுடைமை ஆகியுள்ளனர். இதில் பல குளறுபடிகள். நாட்டுடைமையாக்கம் என்பது ஒரு சமூகம்

அளிக்கும் உயரிய அங்கீகாரம். நலிந்த எழுத்தாளர் குடும்பங்களுக்கு அளிக்கப்படும் கருணைத் தொகை அல்ல. பல எழுத்தாளர்களின் நாட்டுடைமையாக்கம் சில்லறை அரசியல் ஆதாயத்துக்காகச் செய்யப்பட்டிருக்கின்றன என்பது கசப்பான உண்மை.

பாற்கடலைக் கடையும்பொழுது அமுதுடன் நஞ்சும் வெளிவரும்தானே!

சான்றுக் குறிப்புகள்

[1] ரா.அ. பத்மநாபன், *பாரதியின் கடிதங்கள்*, காலச்சுவடு பதிப்பகம், நாகர்கோவில், 2005.

[2] சீனி. விசுவநாதன், *காலவரிசைப்படுத்தப்பட்ட பாரதி படைப்புகள்*, சீனி. விசுவநாதன், சென்னை, 1998–2010.

பின்னிணைப்புகள்

(i)

அரசாங்கத்திற்குத் தி.க. சண்முகம் கடிதங்கள்

ஸ்ரீ பால ஷண்முகானந்த சபா

(1925இல் நிறுவியது)

டி.கே.எஸ். சகோதரர்கள் *5 – 4 – 48*
உரிமையாளர்கள்

நேர்மை வழியில் நின்று தொண்டாற்றும் தலைவர்கட்கு நாடகக் கலைஞன் ஷண்முகம் வணக்கம்.

தங்கள் விலைமதிப்பற்ற நேரத்தை விரிவுரையெழுதி வீணாக்க மாட்டேன். குறைகளை வேறு யாரிடம் நாங்கள் கூறுவது?

விஷயம் இணைக்கப்பட்டுள்ள பிரசுரத்தில் உள்ளது.

சுதந்திர இந்தியாவில் நமது மகாகவியின் தீந்தமிழ்க் கவிதைகளுக்கு தனிமனிதர்கள் உரிமை கொண்டாடி அவை நாடெங்கும் பரவத் தடை போடுவதென்பது தமிழர்கள் வெட்கப்பட வேண்டிய விஷயமல்லவா?

சத்தியத்தின் வழி நடக்கும் தாங்கள் இதற்குத் தக்க பரிகாரம் அளிப்பீர்களென்று தமிழ்நாடு எதிர்பார்க்கிறது.

அன்பன்,
டி.கே. ஷண்முகம்

~~

டாக்டர் ராஜன் அவர்கள் *5 – 4 – 48*
அமைச்சர், சென்னை

அன்பிற்குரிய பெரியீர்,

நாடகக் கலைஞன் ஷண்முகம் வணக்கம். வாழ்க!

தாங்கள் எங்களையும் எங்கள் தொண்டின் பயனையும் நன்கறிந்தவர்கள். ஆகவே, விரிவுரை எழுதி பொன்னான பொழுதைக் கொள்ளை கொள்ள விரும்பவில்லை.

முடியுமானால் இத்துடன் இணைக்கப்பட்டுள்ள பிரசுரத்தைப் படியுங்கள்.

சுதந்திர நாட்டில் நமது மகாகவியின் செந்தமிழ்க் கவிதைகளுக்குத் தனிமனிதர்கள் உரிமை கொண்டாடி தடைவிதிப்பது நீதியா?

அமைச்சர் குழுவில் அங்கம் வகிக்கும் தங்களைப் போன்ற இலக்கியச் சிந்தனையாளர்கள் இதற்குத் தக்க பரிகாரம் செய்ய வேண்டாமா?

இது தமிழர்களின்...ங்காக்கும் செயல்; தாழ்மையுடன் வேண்டுகிறோம்.

ஆவன செய்வீர்களென எதிர்பார்க்கிறோம்.

அன்பன்,
டி.கே. ஷண்முகம்

G.O. No. 2467, Education & Public Health, 2-8-1949

(ii)

டி.கே.எஸ். சகோதரர்கள் அறிக்கை

பாரதிக்கு விடுதலை வேண்டும்!

தமிழ்நாட்டின் பொதுவாழ்வில் பங்கு கொண்டு நாட்டின் நலத்திற்காகத் தொண்டாற்றிவரும் மக்களின் பிரதிநிதிகளுக்கு நாடகக் கலைஞர்கள் டி.கே.எஸ். சகோதரர்கள் விடுக்கும் வேண்டுகோள்!

அன்பர்களே,

மகாகவி பாரதிக்கு மணிமண்டபம் கட்டி மகிழ்ந்தீர்கள். ஆண்டுதோறும் பாரதி நாள் கொண்டாடி வருகிறீர்கள். அமரகவியின் பாடல்கள் அகில உலகிலும் பரவ வேண்டுமென்று விரும்புகிறீர்கள். உங்கள் எண்ணம் நன்று; ஆனால் தமிழ்நாட்டிலேயே அப்பாடல்களுக்குத் தடையேற்பட்டுள்ள நிலையை உணர்ந்தீர்களா? . . . சர்க்கார் முன்பு தடைவிதித்தனர்; இன்று தனிமனிதர் தடை விதிக்கின்றனர்.

'பாட்டுத் திறத்தாலே வையத்தைப் பாலித்திட' பராசக்தியை வேண்டிய கவிஞனின் பரந்த நோக்கத்தை குறுகிய வியாபார நோக்கங்கள் சிதைக்கின்றன. நாடெங்கும் பாரதி பாடல்கள் முழங்க வேண்டுமென்று எட்டையபுரம் பாரதி விழாவில் ராஜாஜி உள்ளிட்ட தலைவர்கள் ஒருமுகமாகக் கூறினர்.

எங்கே முழங்குவது? எப்படி முழங்குவது? 'என் சொத்து', 'எனக்கே உரிமை' என்று தனிமனிதர்கள் உரிமை பேசுகின்றார்களே! அவர் . . . க்கும் உரிமையளிக்காதிருந்தும், கலைஞர்கள், உணர்ச்சியுள்ள இசைவாணர்கள் சினிமாவின் மூலம், இசைத்தட்டுகளின் மூலம் பாரதி பாடல்களை நாடெங்கும் பரப்ப உரிமை மறுக்கப்படுகிறதே! தமிழ்நாட்டின் அமரகவியை இவ்வாறு இரும்புப் பெட்டியில் பூட்டிவைத்து வியாபாரம் நடத்த முயலும் வேடிக்கையை நீங்கள் அனுமதிப்பது முறையா?

மகாத்மா காந்தியடிகளின் பொன்னுரைகளை இன்று ஒரு சிலர் தனி உரிமையாக்கிக்கொண்டால் நாம் அதற்குத் தலை வணங்க முடியுமா? அதைப் போன்றே மகாகவி பாரதியின் பாடல்களும் பிற இலக்கியச் செல்வங்களும் தமிழ் மக்களுக்கு மட்டுமல்ல, உலகிற்கே பொதுவானதாக வேண்டாமா?

தேமதுரத் தமிழோசை உலகமெல்லாம்
பரவும் வகை செய்தல் வேண்டும்

சேமமுற வேண்டுமெனில் தெருவெல்லாம்
தமிழ் முழக்கம் செழிக்கச் செய்வீர்

என்று வீர முழக்கம் செய்த கவிஞர் பெருமானுக்குத் தமிழ் மக்கள் செய்யும் கைமாறு இதுதானா?

பாரதி நூல்களை வெளியிடும் உரிமை திரு. **விஸ்வனாத ஐயர்** அவர்களிடமும், பாரதி பாடல்களைப் பதிவு செய்யும் உரிமை திரு. A.V. மெய்யப்பச் செட்டியார் அவர்களிடமும் இருப்பதாகக் கூறப்படுகிறது.

1928ஆம் ஆண்டு முதல் தமிழ் நாடக மேடையில் பாரதி பாடல் வரிகளை முழக்கிய எங்களுக்கு, இன்று அவர் பாடல்களைப் படத்தில் பாட உரிமையில்லையாம். சென்ற நான்கு ஆண்டுகளாக எங்கள் அரங்கில் நடித்துவரும் ***பில்ஹணனை*** **பேசும் படமாக்கி வெள்ளித்திரைக்கும் கொண்டு வந்திருப்பதை நீங்கள் அறிவீர்கள். நாடகத்தில் பாடப்பட்டுவந்த கண்ணன் பாட்டொன்றைப் படத்திலும் பாடியிருக்கிறோம் . . . அது தவறென்றும், அப்பாடல் துண்டிக்கப்பட வேண்டுமென்றும், அப்பாடல்களைப் பதிவுசெய்யும் உரிமை தன்னுடையதென்றும்,** ***பில்ஹணன்*** **படம் பாரதி பாடலுடன் திரைக்கு வருமானால் ஐம்பதினாயிரம் ரூபாய்கள் நஷ்டயீடு வசூலிப்பதாகவும், நடவடிக்கையெடுப்பதாகவும் திரு** A.V. **மெய்யப்ப செட்டியாரவர்கள் நோட்டீஸ் விடுத்துள்ளார்.**

‘பாரதி பாடல்கள் தமிழ்நாட்டின் பொதுச் சொத்தென்றும் அவற்றிற்குத் தனிமனிதர் உரிமை கொண்டாடுவதை ஒப்புக்கொள்ள முடியாதென்றும்’ நாங்கள் பதில் விடுத்துள்ளோம் . . . .

சட்டப்படி இதற்குத் தீர்ப்பளிக்க வேண்டிய இடம் நீதிஸ்தலமே யென்றாலும், பாரதி பாடல் உரிமை பற்றி சுதந்திர சர்க்காரில் மக்கள் தீர்ப்பென்னவென்று உங்களைக் கேட்க எங்களுக்கு உரிமையுண்டு.

நாட்டு விடுதலைக்குப் பாடிய கவிஞன்! அழியாத பேருண்மைகளைத் தீந்தமிழில் தீட்டிய கவிஞன்!! மக்களுக்காக வாழ்ந்த மகோன்னத கவிஞனின் பாடல்கள் தனிமனிதர்களால் உரிமை கொண்டாடத் தக்கவையல்லவென்று சட்டமும்

நீதிஸ்தலமும் தீர்ப்பளிக்க வேண்டிய பரிதாபமான நிலையில் சுதந்திர சர்க்கார் இருக்கிறதாவென்று கேட்கத் தமிழ் மக்களாகிய உங்களுக்கு உரிமையுண்டு.

தமிழ்நாடு எங்களை அறியும். ஒரு சில பத்திரிகாசிரியர்களும் எழுத்தாளர்களும் தலைவர்களுமே பாரதியை அறிந்திருந்த காலத்தில் நாங்கள் பாரதியை மேடையேற்றி மகிழ்ந்தவர்கள். மக்களுக்கு அரங்கின் (முன்) பாரதியின் எண்ணங்களைப் பறைசாற்றியவர்கள். பாரதி பாடல்களைப் பாட வேண்டுமென்பது எங்கள் இதயத்திலிருந்து எழும் உணர்ச்சி. இந்த உணர்ச்சிக்குத் தடை விதிப்பதைச் சட்டத்தின் துணைகொண்டும், நீதியின் துணைகொண்டும், மக்களின் துணைகொண்டும் எதிர்த்துப் போராட முடிவு செய்திருக்கிறோம்...

நீங்கள் என்ன செய்யப் போகிறீர்கள்? அண்மையில் கோவையில் நடந்த தமிழ் மாகாண மகாநாட்டில் பாரதி இலக்கியங்கள் பொதுவாக வேண்டுமென நீங்கள் நிறைவேற்றிய தீர்மானத்தைச் செயலாக்க என்ன நடவடிக்கை எடுத்துக்கொண்டீர்கள்? தமிழ்நாடு உங்களை எதிர்நோக்குகிறது. **பாரதியின் பாடல்களும் இலக்கியங்களும் தமிழ்நாட்டின் பொதுச் சொத்து, தனிமனிதர்களுக்கு இதில் எவ்வித உரிமையுமில்லை'** என்று ஏன் சென்னை சர்க்கார் ஒரு பிரகடனம் வெளியிடக் கூடாது? அமரகவிக்கு சுதந்திர சர்க்கார் இதைவிட வேறெந்த வகையில் அன்பு செலுத்த முடியும்?

நாடு விடுதலை பெற்றது; நாட்டு விடுதலைக்குப் பாடிய மகாகவி பாரதிக்கு அவர் பூதவுடல் நீத்த இருபத்தைந்து ஆண்டுகளுக்குப் பின்னும் விடுதலை இல்லையா?...

கோவை
28 – 3 – 1948

டி.கே.எஸ். சகோதரர்கள்
'ஷண்முக அரங்கம்'

Jewel Press, Coimbatore, Copies 200

G.O. No. 2467, Education & Public Health, 2-8-1949

(iii)

ஏவி.எம். முன்வைத்த திட்டம்

2-6-1948

From
A.V. Meiyappan
Balaji Nagar
Royapettah
Madras

To
The Premier
Government of Madras

Respected Sir,

1. I am submitting this communication to your good self as the Head of the Government regarding a matter which has been, now and again, a subject of discussion in some circles in Tamilnadu. My only justification for troubling you with this matter is the public interest which may be said to be involved.

2. I am a Film Producer and Director of standing in South India. Among the recent films produced by me are *Sri Valli* and *We Two*. These – and also the other films of mine - have been very widely appreciated by all classes of people. Competent critics have been pleased to observe that they provide popular entertainment compatible with perfect cleanliness and high quality art in production. My aim has been to produce only such good pictures to which no exception can be taken by even the most fastidious critics.

3. If I may venture to make a request, I shall deem it a great favour indeed to be allowed to arrange special shows of these and other

films to your good self and the Hon'ble Ministers and members of the Government and any other personages.

4. In pursuance of my plan of combining moral purpose and instructional value with entertainment, I obtained by purchase the entire rights (confined, however to film production, gramophone recording and broadcasting) in respect of the songs, poems and other compositions and works of our late Sri C. Subramania Bharati Avargal of revered memory. I have paid about Rs 10,000 for purchase of these rights.

5. After spending very considerable time, labour and research, I have succeeded in making some of the songs of Bharati almost a household word in Tamilnadu by having them introduced in appropriate setting and in a most competent manner by artistes of repute. I have also had them recorded in gramophone plates and thus popularized them still further.

6. I believe in the doctrine that in order that the public may get the best possible benefits, the songs of Bharati should be sung only by high-class artistes in a proper manner. Otherwise, in my opinion, the songs are apt to detract in value.

7. While our ideal should be that Bharati's songs should be sung by tens of thousands of homes and by hundreds of thousands of persons, it is, all the same, necessary that the patterns and precedents of singing them must be unexceptionable.

8. The ownership of exclusive rights by me have so far helped to maintain the quality of the songs sung at a very high level of excellence. I have allowed in regard to gramophone recording, musical pieces sung only by such top quality artistes as Smt M.S. Subbulakshmi, Smt D.K. Pattammal and Sri T.R. Mahalingam.

9. I have communicated to the All India Radio authorities and also to those of the Travancore and Mysore Radios granting them for all time to come permission to use unreservedly and *gratis* all or any of the songs the copyright of which is owned by me.

10. I am willing to also give such permission in other cases of public service. In the case, however, of film producers and gramophone recording concerns, I feel that the position is different. Their primary aim in utilizing Bharati songs in their films and gramophone records is not public service, but is exploitation for commercial purposes of the public goodwill and popularity.

11. This differentiation of mine between those who value art for its own sake and those who exploit it for commercial purposes has been misrepresented by some interested parties as my 'imprisoning Bharatiar's soul or works' etc., etc. and by such misrepresentation public opinion is sought to be canvassed against me. The difficulty is accentuated by the fact that those interested parties have been able, by some specious reasoning, to get as their supporters some gentlemen whose patriotism, disinterested motives and bona fides are absolutely above question.

12. Since, however, the interested persons are wanting to develop the controversy and misrepresent facts for their own ulterior purposes, attempted solutions calculated to serve public interest or conducive to public good become infructuous.

13. In the circumstances, I have come to the conclusion that the best course to adopt is to seek your advice and guidance in the matter. With this end in view, I desire to make the following proposals for favour of Government's consideration.

    (i) I shall most happily and willingly convey and assign as a *gift* to a Trust composed of myself (or, in my place, one approved nominee of mine) and two or more members to be nominated by the Government.

    (ii) Application from Film Producers or Gramophone Recording Organisations for permission to use Bharati's copyright works are to be made to this Trust and are to be dealt with by this Trust on such terms as the Trust may determine. The royalty or profits, if any, are not to be distributed to any persons or concerns but will be devoted by the Trust to objects calculated to further Bharati's life work or our country's cause in such manner as the Trust may decide.

    (iii) The Trust consisting of at least three persons of whom all expect one are nominated by the Government, it cannot be reasonably said that I have any control over the Trust's decisions or actions.

    (iv) In view of my having incurred a large outlay in the purchase of the copyrights which I am now offering free to the Trust, I request that, so far as my own film production and gramophone recordings are concerned, I may be allowed to use any of the copyright pieces as a matter of course. But, I do not ask for any exclusive rights in reference of any such pieces, that is, the Trust may, at its discretion, give the same pieces to anybody else for their use also.

(v) The rest are, I think, a matter of detail and I shall accept whatever the Government may decide.

14. I trust that the solution outlined above will be viewed as a practical, helpful and most satisfactory solution. For, if and after such a solution is adopted, it cannot be said that the control of literature of national interest is with any private individual, however high and laudable his motive or conduct may be.

I shall be very pleased to call personally, if so directed, or otherwise do whatever I may be directed to do in this matter. I shall deem it a great favour to receive your direction at your early convenience.

With respects,

I am,
Yours faithfully,
A.V. Meiyappan

G.O. No. 2467, Education & Public Health, 2-8-1949

(iv)

பாரதி குடும்பத்தினர் அறிக்கைகள்

(அ) செல்லம்மா மற்றும் தங்கம்மாள் பாரதி

ஓம்

37, கைலாசபுரம்
திருநெல்வேலி
14 – 2 – 49

கனம் கல்வி மந்திரி ஸ்ரீமான் அவினாசிலிங்கம் அவர்களுக்கு,

நமஸ்காரம்.

என் கணவர் பாரதியாரின் கவிதைகள், வசனங்கள் முதலியவைகளில் யார் யாருக்கு உரிமைகள் இருக்கின்றனவோ அவற்றையெல்லாம் சென்னை அரசாங்கமே பெற்று தமிழ் மக்களுக்கு வழங்க நினைப்பதாகவும், அதற்காக சில தகவல்கள் அறிய வேண்டும் என்றும் திருநெல்வேலி தாசில்தார் அவர்கள் என்னைக் கேட்டார்கள். எனக்குத் தெரிந்த தகவல்களைக் கொடுத்திருக்கிறேன். நானும் என் மகள் தங்கம்மாள் பாரதியும் கொடுத்த ஸ்டேட்மெண்டின் நகலையும் இதனுடன் அனுப்பியிருக்கிறேன். அதைப் பார்வையிட்டு ஏற்றவாறு செய்ய வேண்டுகிறேன்.

செல்லம்மா பாரதி

~~

திருநெல்வேலி தாசில்தாரிடம் கொடுத்த ஸ்டேட்மெண்ட்

1. கவிஞரால் புதுச்சேரியில் 1910–ம் வருஷத்திலிருந்து 1916 வருஷத்திற்குள் கீழ்கண்ட பாட்டுக்களும் கவிகளும் பிரசுரிக்கப்பட்டிருக்கின்றன.

கண்ணன் பாட்டு
ஞானரதம்
பாஞ்சாலி சபதம்
தேசீய கீதங்கள் (நாட்டுப் பாட்டு)
பாப்பா பாட்டு
முரசு
ஆறில் ஒரு பங்கு
கனவு
தங்கவால் நரிக் கதை (ஆங்கிலம்)

2. இந்த 9 புஸ்தகங்களும் புதுச்சேரியிலுள்ளவர்களுக்காவது, இந்தியாவில் உள்ளவர்களுக்காவது, அவராலாவது எங்களாலாவது பதிப்புரிமை கொடுக்கப்படவில்லை. பாரதியாராலேயே, அவருடைய சொந்தச் செலவின் பேரிலேயே – பாட்டுகளும் கதைகளும் அச்சடிக்கப்பட்டது. ஆகையால் பிரசுர உரிமை எங்களுக்கே பாத்யப்பட்டது. பாரதியார் 1921 வருஷத்தில் செப்டம்பர் 11–ந் தேதி சென்னையில் காலமானார். ஷை பாட்டுக்கள் எங்களா லேயே சென்னையில் அச்சடிக்கப்பட்டு பிரசுரம் செய்யப் பட்டது.

3. 1923 வருஷம் முதல் 1931–ம் வருஷம் வரை ஷை பாட்டுக்களும் வசனங்களும் இதர பாடல்களும் எங்களாலேயே ஹிந்தி பிரசார காரியாலயத்தில் திருவல்லிக்கேணியில் வைத்துப் பிரசுரம் செய்யப்பட்டது. அதுவரை நாங்கள் ஒரு புஸ்தகங்களையும் ஒருவருக்கும் பதிப்புரிமை கொடுக்கவில்லை. இவ்விதம் எங்களால் பிரசுரம் செய்யப்பட்ட காவியங்கள், வசனங்கள், பாட்டுக்கள் வகையறா 1928ம் வருஷம் செப்டம்பர் மாதம் 20ந் தேதி சென்னை கவர்ன்மெண்டாரால் கைப்பற்றப்பட்டு திரும்ப அந்த ஆர்டர் கான்ஸல் செய்யப்பட்டு 22–1–29இல் எல்லாப் பிரசுரங்களும் திரும்பக் கொடுக்கப்பட்டது. இதிலிருந்தே எங்களுக்குத்தான் ஷை காவியங்களுக்குப் பதிப்புரிமை என்பது துலங்கும்.

4. 1931 வருஷம் ஜூன் மாதம் 15–ந் தேதி 1 பாராவில் சொன்ன முதல் 6 புஸ்தகங்களும், அது தவிர ஸ்தோத்திரப் பாடல்கள், வேதாந்தப் பாடல்கள், விநாயகர் நான்மணி மாலை, புதிய ஆத்திசூடி, பாரதி அறுபத்தாறு, பகவத் கீதை, சித்தக் கடல், பதஞ்சலி யோக சூத்திரம், வேத ரிஷிகளின் கவிதை, சந்திரிகை, நவதந்திரக் கதைகள், தராசு, கதைக் கொத்து, சில எஸ்ஸேக்களும் எங்களால் பண்டிட்

ஹரிஹர சர்மா, சி. விசுவநாதய்யர், கே. நடராஜய்யர் இவர்கள் ஏற்படுத்திய பாரதி பிரசுராலயம் என்ற பேருக்கு ரூ 4000த்திற்கு பதிப்புரிமை ரெஜிஸ்தர் தஸ்தாவேஜு மூலமாய் கொடுக்கப்பட்டது.

மேலே சொல்லிய 4ம் பாராவிலுள்ள புஸ்தகங்களைத் தவிர 1ம் பாராவிலுள்ள கடைசி மூன்று புஸ்தகங்களுக்கு (ஆறில் ஒரு பங்கு, கனவு, தங்க வால் நரிக் கதை) நாங்கள் ஒருவருக்கும் பதிப்புரிமை கொடுக்கவில்லை. நாங்களே பதிப்புரிமை வைத்துக்கொண்டிருக்கிறோம்.

செல்லம்மா பாரதி
தங்கம்மாள் பாரதி
5–2–49

G.O. 2467, Education & Public Health, 2-8-1949

(ஆ) சாம்பசிவ ஐயர்

நான் சுப்பிரமணிய பாரதியாருக்கு தாய்மாமனார். அவருடைய நெருங்கிய பந்துக்கள் வேறு ஒருவரும் இந்த ஊரில் கிடையாது. அவருடைய சம்சாரம் செல்லம்மாவும் மூத்த மகள் தங்கம்மாளும் வீரராகவபுறத்தில் கைலாசபுறத்தில் தெற்கு மாடத் தெருவில் ஒரு வீட்டில் வாடகைக்கு பிள்ளைகள் படிப்புக்காக குடியிருந்து கொண்டிருக்கிறார்கள். இரண்டாவது மகள் சகுந்தலா தன் பர்த்தாவுடன் *Borneo*வில் இருக்கிறது.

எனக்குத் தெரிந்தவரையில் கவர்ன்மெண்டு 28–10–48 தெய்தியிட்ட மெமோராண்டத்தில் கண்ட 16 அயிட்டக் கீதம் முதலியவைகளில் ஒன்றாவது பாண்டிச்சேரியில் வைத்து அச்சடித்துப் பிரசுரம் ஆகவில்லை. பாரதியார் கையினால் எழுதிய பிரதிகள் பாண்டிச்சேரி, எட்டயபுறம், கடயம், மதறாஸ் முதலிய இடங்களில் இருந்தன. பாரதியார் இறந்தபின் அவருடைய சிற்றன்னையார் மகன் *C.* விஸ்வநாத ஐயர் (பாரதி பிரசுராலயம் மெம்பர் மூவரில் ஒருவர்) பாரதியாருடைய கையெழுத்து பிரதிகளை *(manuscript)* பல இடங்களிலும் சென்று சேகரித்து பாரதியார் இறந்த சில வருஷங்களுக்குப் பிறகு திருவல்லிக்கேணி பாரதி பிரசுராலய அச்சுக்கூடத்தில் அச்சடித்துப் பிரசுரம் செய்தார். பாரதியார் இறந்து சுமார் 28 வருஷங்களாகின்றன. எந்தெந்தக் கீதம் முதலியவை எந்தெந்த

இடத்திலும் காலத்திலும் எழுதப்பட்டனவென்றும் அச்சுப் பிரசுரம் செய்யப்பட்டனவென்றும் எனக்கு நிச்சயமாக சொல்ல முடியாது. இது சம்பந்தப்பட்ட சகல விபரங்களும் ஸ்ரீ C.விஸ்வநாத ஐயரை விசாரித்தால் தெரியும். அவருடைய விலாசம்: ஸ்ரீ C.விஸ்வநாத ஐயர், B.A., L.T., Head Master, High School, Manamadura.

(வாசிக்கக் கேட்டேன், சரியாயிருக்கிறது)

ரா. சாம்பசிவ ஐயர்

(கோவில்பட்டி தாசில்தார் முன்பாக எட்டயபுரத்திலிருக்கும் ராமசாமி ஐயர் குமாரர் சாம்பசிவ ஐயர் ஸ்டேட்மண்டு)

G.O. No. 2467, Education & Public Health, 2-8-1949

(v)

பதிப்புரிமையைக் கையகப்படுத்தும் அரசு அறிவிப்பு

There is a popular feeling that the works of Sri C. Subramania Bharati, the great poet of Modern Tamil Renaissance, should be acquired by the Government and made available for the use of the public generally at as cheap a cost as possible. I have great pleasure in informing this House, and through the House, the public at large, that Sri A.V. Meiyappa Chettiar has agreed to convey to the Government the rights vested in him of reproducing the Poet's songs by sound reproducing or broadcasting devices. The terms of his letter (11 March 1949) are as follows :

> I hereby undertake to transfer to the Government of Madras, by way of gift, all rights in respect of the reproduction by sound-producing or broadcasting devices, of the songs, poems, and other compositions and works, both in English and in Tamil, of the Late Sri C. Subramania Bharati. The formal deed of gift in favour of Government will be executed by me as soon as possible.

Sri C. Visvanatha Iyer, the Poet's brother, has also agreed to convey to the Government his proprietary rights in regard to the printing and publication of the poet's works to the Government for a consideration of Rs 15,000. In addition he has agreed to convey as a gift the manuscripts of the poet in order that they may be kept in a befitting manner in the Government Museum.

Sri C. Visvanatha Iyer's letter is in the following terms (12 March 1949):

> I hereby agree to convey the proprietary rights I have over Poet C. Subramania Bharati's work to the Government of Madras for a consideration of Rs 15,000. I shall also convey, as a gift, the manuscripts of poet Bharati to be kept by the Government of Madras in the Government Museum.

I retain the right to sell such of the printed and published stock of the poet's works that I have in my possession on this date within one year from today.

The Government may make such arrangement as it thinks fit to make the poet's works popular and available to the public at as cheap cost as possible.

This agreement may come into effect from today.

The Government wish to convey their thanks to Sri A.V. Meiyappa Chettiar for his gift and to Sri Visvanatha Iyer for his gift of the Poet's manuscripts and for agreeing to convey his publishing rights. The Government will make such arrangements as they think fit to make the poet's work popular and available to the public at as cheap cost as possible.

(சென்னை சட்டமன்றத்தில் 12 – 3 – 49இல் கல்வி அமைச்சர் தி.சு. அவினாசிலிங்கம் செட்டியார் அறிக்கை)

G.O. No. 2467, Education & Public Health, 2-8-1949

(vi)

அரசுடைமையாக்கத்திற்குப் பாரதி குடும்பத்தினரின் ஒப்புதல்

1 – 5 – 1949

கவி பாரதியாருடைய கவிதைகளிலும் கிருதிகளிலுமுள்ள எங்களுக்குறிய எல்லாவிதமான சகலமான உரிமைகளையும் மதராஸ் கவர்மெண்டாருக்கு கொடுத்து விட்டோம்.

செல்லம்மா பாரதி
தங்கம்மாள் பாரதி

G.O. No. 963, Education & Public Health, 4-4-1949

~~

ஓம்

புருனை
18 – 10 – 1949

கவி பாரதியாருடைய கவிதைகளிலும் கிருதிகளிலுமுள்ள எங்களுக்குறிய எல்லாவிதமான சகலமான உரிமைகளையும் மதராஸ் கவர்மெண்டாருக்கு கொடுத்து விட்டோம்.

ந. சகுந்தலா பாரதி

G.O. No. 2781, Education & Public Health, 5-9-1949

(vii)

அரசுடைமையான காலத்தில் பாரதி நூல் விற்பனை

	12.3.1949இல் கையிருப்பு (படிகள்)	12.3.1949க்குப் பிறகு விற்பனை (படிகள்)	விலை
தேசிய கீதங்கள்	1050+2000	1900	0—12—0
தோத்திரப் பாடல்கள்	1991	997	0—12—0
வேதாந்தப் பாடல்கள்	2418	897	0—5—0
விநாயகர் நான்மணிமாலை	1700	867	0—3—0
கண்ணன் பாட்டு	1487	1207	0—6—0
புதிய ஆத்திசூடி	5998	4001	0—1—6
பாரதி அறுபத்தாறு	1665	1051	0—2—6
குயில் (சாதா)	260	260	0—4—0
பாஞ்சாலி சபதம்	695+2000	1088	0—14—0
சுயசரிதையும் பிற பாடல்களும்	1118+1000	852	0—14—0
ஞானரதம்	846	729	0—8—0
பதஞ்சலி யோக சூத்திரம்	1896	668	0—6—0
வேத ரிஷிகளின் கவிதை	1828	662	0—6—0
கீதை முன்னுரை	1847	646	0—6—0
சந்திரிகை	1635	683	0—14—0
நவதந்திரக் கதைகள்	1403	746	0—10—0
கதைக் கொத்து	1829	740	1—0—0
தராசு, Stray Thoughts	1799	701	0—8—0
கட்டுரைகள்: சமூகம்	516	270	1—6—0
கீதை (சாதா)	528	28	0—4—0
கீதை (கெட்டி அட்டை)	62	20	0—8—0

பாரதி கீதத் திரட்டு	2658	691	0—4—0
பாரதி மணிமலர்	2193	(சிதைந்துள்ளது)	0—14—0
பாப்பா பாட்டு	1175	,,	0—0—6
Agni & Other Poems	389	,,	1—0—0
Essays and Other Prose Fragments	398	,,	1—0—0
English Works in 1 Vol.	160	,,	1—8—0
ஞானரதம் (இந்தி)	526	,,	0—7—0
தராசு (இந்தி)	573	,,	0—5—0
கவிதைகள் (முதல் தொகுப்பு)	1000	,,	0—3—0
குயில் (படங்களுடன்)	4000	,,	0—8—0
கட்டுரைகள்	1000	,,	5—0—0
தத்துவம்	2000	,,	1—4—0

சான்று: கலம் 1, 2 : *G.O. No. 1226, Education, 17-4-1950*
கலம் 3 : *G.O. No. 2467, Education, 2-8-1949*

(viii)

Service or Profiteering?

C. Visvanathan

Sir,

I am sending you today by separate Book Post a typed statement which was originally intended to be released to the press. But on the advice of friends I deferred publishing it till after the completion of my transaction with the Government, lest any controversy that might arise as a result of the publication of the article should be prejudicial to it. The transaction is now completed but the formalities that have to be gone through have taken so much time that it is too late in the day to publish the article now. Further, I have all along been avoiding the limelight and will continue to do so, particularly after I have ceased my connection with the publications of the work of Bharati. I shall remain content with having done some service to the poet. I need not vindicate my position any longer. Still I feel that the facts connected with the acquisition of the rights and the history of the publications must be made available at least to some members of the enlightened public who really count, lest their lack of knowledge in this regard should be further exploited by interested persons. In fact it was the irresponsible speeches made by some persons of note at a party at the Woodlands on 17-3-1949 got up by the so-called Viduthalai Kazhagam to celebrate, as it were, 'the liberation of Poet Bharati from his erstwhile imprisonment' that provoked me to write the article.

I am therefore sending it to you primarily for your information, but let me also hope that as one holding an important and responsible position in public life, you will be making the best use of the contents of this statement.

With regards,
C. Visvanathan
(brother of Bharati)
'Bharati Nilayam'
Manamadurai

~ ~

On the eve of transferring to Government the rights which I acquired in the literary works of poet Bharati I feel I owe it to the public that I should release the following statement to the press, if only to clear the wrong notions, wild conjectures and unjustified criticisms about the copyright in the works and the manner of their publication, which, in recent years, have become too many and too insistent.

The story of the publication of the poet's works is a pretty long one, bordering on romance. I am sure the public will be interested to know the details and I crave their indulgence to bear with me if the account should appear a bit lengthy.

Early Days

Very few of the poet's works were published during his life-time. Almost all his works (prose and poetry) had appeared wholly or in parts in the columns of the *Swadesamitran, India* (of which Bharati himself was the editor), *Gnana Bhanu* and similar periodicals, but most of them had not taken book-form.

On the death of Bharati in September 1921, the late Mr Appadurai Iyer, brother of Mrs Chellamma Bharati, published his songs in two volumes under the name of *Swadesa Gitangal,* parts 1 and 2. Contributions from the Tilak Swaraj Fund, from the Rangoon public and from some friends, financed the publications. But the work of publication came to a standstill all on a sudden. The unsold copies, along with the manuscripts, were lying idle with the widow in her residence at Triplicane. She sought the help of Pandit Harihara Sarma of the Hindi Prachar Sabha, then located at Triplicane. Mr Sarma had the unsold stock kept in a room in the Hindi Prachar Sabha premises, promised to pay her a monthly sum for her subsistence, sold whatever copies he could from out of the stock and even negotiated with some of his friends to sell the copyright in the works. But none was prepared to offer more than Rs 3,000 and that too in instalments.

By now Mrs Chellamma Bharati was anxious to have the marriage of her second daughter celebrated. With none to help her, her brother having fallen out from her, she approached me. I had just then accepted a teacher's job and started life with a minus balance. Still myself and Sarma raised a loan by pledging the works. The marriage was celebrated at a cost of Rs 2000 (1924) but the position of the works had not changed. None came forward either to purchase them or to help us in printing them. Our loan could not be discharged, nor a provision made for the poet's family.

Bharati Prachuralayam Founded

It was now that I ventured on a bold move, namely starting a business concern by name Bharati Prachuralayam with the object of publishing the poet's works with myself, Mr Sarma and Mr Natarajan, the husband of the second daughter of Bharati, as partners. The copyright in the works was purchased for a sum of Rs 4,000 (1931) to be paid in instalments. It is a low sum indeed, but considering the value of Bharati's works in those days, the offers that were made then and our own financial position, it was decent enough. Fortunately both the sons-in-law of the poet were well settled in life and were earning both here and afterwards in the Malay States a fairly good income. This afforded the widow some comfort regarding her daughters, while she had not much to worry to keep the wolf from the door.

Difficulties in Collection

Barring those which had been published during the lifetime of Bharati, part of the rest had been preserved either in manuscripts or files of paper-cuttings, most of which were in a very damaged condition. The rest I had to gather from various sources.

I spent nearly one month in Adyar Library ransacking the back numbers of the *Commoweal* and *New India* for collecting his poems and articles in English. Similarly I arranged to get his contributions to *Arya* from Pondicherry, thanks to the help rendered by Swami Suddhananda Bharati. These have been brought out in two volumes (*Poems and Translations* - I; *Essays and Other Prose Fragments* - II). But the greatest difficulty was experienced in collecting and giving shape to his short stories and essays (published in 4 parts). These were gathered from the files of India, the *Swadesamitran* and other dailies and journals, as also from torn and moth-eaten paper-cuttings.

The preface and Tamil translation to the Gita which he wrote at Ettaiyapuram (1919-20) was obtained from a friend at Kanadukathan in Chettinad, where Bharati had left it.

Stray poems were collected from friends as well as from the old numbers of magazines that had ceased to exist. They had then to be transcribed and sorted.

In the matter of classification and writing Foreword to some of them like the English works, we had to undergo much difficulty. Prof K. Swaminathan (now Principal, Muhammadan College, Madras) and Sri V. Narayanan, M.A., B.L., then attached to the *Tamil Lexicon*, were of great help to me in this regard.

Our Difficulties

It is doubtful whether any publishing firm, or, for the matter of that, any business concern would have been subjected to such trials and tribulations as ours. The difficulties we underwent were as strange as they were varied and numerous.

It was a period when love for the mother tongue was strange, if not unknown. It was a notorious fact that people then were anglicised in every respect. To talk polished English was a qualification and a pride. Tamil only shared the fate of the other regional languages. The level of literacy was very low, newspapers and magazines very few, and publications, in the modern sense, very rare. Tamil literature then consisted only of the classics that were preserved and interpreted by the highly proficient. Bharati, the product of two cultures, eastern and western, the harbinger of a new era in politics and literature, the poet who put new wine in old bottle, had not yet been discovered.

Even if he was, none dared acknowledge it, much less to encourage the publication of his works. During the long political struggle that raged in the country between 1919-46 the alien Government unleashed all its engines of repression, stifling, curbing and even annihilating everything that was national in character. That Bharati's works had their own share of victimization is part of the history of the period. It is true that the poet's songs served as a battle-cry and rallying force in processions, in picketing and on the pulpit to lend colour to the political leader's speeches. It is equally true that for that very reason they were banned. Our office was searched on several occasions, our files seized, our books confiscated. Personally, I was shadowed and my letters were intercepted, and I was forbidden from entering Government Service. In the face of such antagonism and harassment of the state I had not only to get on with the publications but also preserve such works as might be deemed objectionable by the Government. Think what a loss it would be to the country if such pieces as the stirring appeal of Chatrapathi Sivaji to his followers or Guru Govind's spirited address to the Khalsa had not been preserved in the chilly pots of my friend's houses! What was sedition in those days is political gospel today. It is a truism that the traitors of one age become the accredited heroes of another.

By this time my partners had left me, one in 1938, because it was not a paying business and the other in 1941 for other reasons. So I had to carry on the struggle (for it was nothing short of one) single-handed.

The outbreak of the World War II and the threat of the Japan invasion of India only worsened the situation. During the days of evacuation we had to remove the bulk of our stock to different places and open a branch at Kumbakonam. Foreign paper became scarce and the cost of Indian paper rose ten-fold. Paper was a controlled article and like all controlled articles it also went underground and for months no quantity was available.

The political awakening in the country had given an impetus to national literature. Quite a crop of modern writers in Tamil sprang up in the country after the fashion of, and inspired by, Bharati. He was hailed as a herald of a new epoch in Tamil literature. Still Bharati was known to the reading public only as a singer of national songs. His contribution to thought and literature was yet to be recognized. Pandits could not consider his works great ones, because he had written them in such a simple style. Others had no great opinion of him for they knew very little of him. Even among the new class of writers he fared no better. I can only remind the public of the great controversy that was started some years ago by two sets of writers on the question 'Is Bharati a Mahakavi or not?'

Another handicap was that except a few, Bharati's works could not be introduced as text books as such. For how could the works of a patriot be approved by the Text Book Committee of those days? Still I tried to get on undaunted. I used to attend educational conferences where I would seek opportunities to give recitals of the Poet's songs. Often was I obliged to arrange for meetings in places visited and expound the greatness of the poet mainly through my efforts and at my own initiative, even as third rate Bhagavatars have to arrange for their *katha kalakshepams* by visiting their prospective patrons.

Our Editions

In spite of such tremendous odds I was continuing the publications. This was partly due to the political awakening and the renaissance of our mother tongue which came in its wake, but mainly due to the very low price of our publications. The poet used to say that, when he came to publish his works, he would make them available to the public as cheap as Japan matches. I can claim that we tried to fulfil the poet's wish to a considerable extent. It is an admitted fact that then, as now, ours are the cheapest publications in the field. It was the late Mr Satyamurti that said you are performing a feat of publication by giving 800 pages of Bharati's works for Rs 2-8-0 (Vol. I, poetical works). I challenge the reading public to cite one instance in which a work resembling ours in bulk and value is given for a so low a price.

Liberal Concessions and Free Permission

Here I must mention another important aspect of our business. We have all along been very liberal in the discount shown to booksellers and in the concessions to educational institutions and associations. 50% commission was given to organisations celebrating Bharati Day. Permission to include a few lines and a few stanzas or even whole poems in text books has been given on a nominal royalty basis or free according to the nature of the applicant. The Servants of India Society branches, Congress organisations and other private bodies were given free permission to bring out their own selections from among Bharati poems to be used for their work. But some of them abused it by realising the proceeds thereof to their own advantage. Lots of books sent to some Congress leaders and branches of Khadi Vastralayam were not accounted for. This must be partly due to the trouble both these leaders and institutions underwent during the Civil Disobedience days.

Charges Met

I do not claim that our editions possess all that can be desired in the matter of publication. They can be improved considerably. Several charges were levelled against us. Of course there were many printer's mistakes in the early editions, which we rectified in subsequent ones.

As for different readings of the same lines, they were given not without justification. Bharati himself had these readings. In the case of those lines that were left out in the original, we have filled them up with the help of Sri Desikavinayakam Pillai and Suddhananda Bharati, and even their headings are given only in brackets and with a note. Another charge was that we had not brought out deluxe editions. But how to reconcile low price and luxury editions, particularly in the circumstances stated above?

There was also a cry that no stock was available. My answer is that Bharati's writings consist of nearly thirty works. It will not be possible for even the richest of publishers to have stock in all the works at a time even under normal conditions. My case has already been stated.

Is it Monopoly?

While these are the facts, for some years now, the people in Tamilnadu – the literate and the illiterate, the Congressmen and the Communist – all have joined in a campaign against me for the sin of possessing the copyright in the poet's works, which I did not get as an heirloom, but acquired by hard cash in the midst of stress and strain.

I was looked upon as Public Enemy No. 1 and treated as such on many a platform and in the press. I was likened to a monster, growing fat on the sale proceeds of Bharati's works all by myself. In the light of the facts stated above how is the charge of monopoly and profiteering tenable? Is this the reward and recognition one gets for collecting, preserving and giving shape (the present classification of the works are all my own) to some of the greatest treasures the world has ever known? Are the accusers justified in equating me with those who must have made considerable money through the sales of the songs recorded in picture and plate? People are prepared to swallow gullibly legends and fantastic yarns about Bharati spun by persons whose knowledge of, or association with, the poet is of a questionable nature. They shower laurels and acclaim as authority on Bharati those, who seem to have no better qualification than, that when talking about Bharati, they assume the role of 'I am Sir Oracle and when I open my mouth, let no dog bark'. But when it comes to a question of treating one who, in a humble and silent way, has jealously guarded and endeavoured to bring within the reach of the poorest, a national treasure during the most trying period in the history of the nation, they look upon him as the worst offender. A strange world this!

It is claimed that the works of a great poet are in the truest sense the asset of the nation! True. Have not Bharati's works become a national asset now in the truest sense? Have not people imbibed Bharati's spirit? Have they not taken to the ideals which Bharati stands for? Are they not implementing the movements he has sponsored? There is nothing now that prevents them from spreading the Bharati cult. The speaker and the writer, the schoolmaster and the musician, the statesman at the helm of affairs and the child in a humble homestead – everyone quotes or sings his lines with advantage. So the agitation for making Bharati's works common property has been started not from an intellectual and moral point of view but purely from a material point of view, which, by the way, is founded on a thoroughly wrong notion that I have been making fabulously large profits out of the sales. But I am sure that the public must have been disillusioned by now in the light of the facts stated above.

That this must be the only reason for the agitation is proved by another important fact. The question of nationalisation of the sales of the works of a poet or author is raised in no other part of India. Do not people consider it as quite natural that the works of Tagore or Sarojini Devi, or for that matter any writer of national or international fame, living or dead, should be published by the author or his or her heirs, legal representatives, assigns or the publishers to whom the works might have been sold? Why is Bharati an exception to this rule? Comment is needless.

The Transfer

It is a good augury that in the changed atmosphere brought about by the attainment of Independence both the people and the Government have come forward to honour and encourage the writers of the new age. Bharati, the pioneer among them all, is receiving recognition in a tangible form at their hands. A great future is promised for his works. It is at this juncture that the Government have approached me to make over the rights in the works to the state. During my interview with the Premier I had to make a great decision in life which would make all the difference in my future and my children's. There were two alternatives before me.

1. Whether, taking advantage of the fillip that is given to Bharati's works, to continue my business by giving effect to all my ideas of improved editions and make some money as any another man might do, or

2. To hand over to the state the works in the present complete and finished state, and make what may be deemed a great sacrifice. I decided on the latter. Much bigger offers were made to me during the last five years. But I refused to succumb to them, not because of any monetary considerations, but because I felt that the works would be utilized for purely profiteering ends. This time the offer came from the Government, the trustees of the nation. Being filled with the supreme satisfaction of having done my duty to the poet and making the works what they are at present, I felt that there was no need for one to use them for one's benefit. It may be news to many that the consideration I have agreed to receive is just to cover my investment and my liabilities. But that is what it is. Let the public now judge whether the transfer of the rights is a liberation of Bharati's works from the clutches of a selfish monster or a gift

to the public of a closely guarded and well-kept treasure; whether it is as much a matter of triumph for the taker, as it is a sacrifice on the part of the giver.

I wish I had given the poet's widow something more than what I have been giving all these years over and above the stipulated amount. But the sales did not warrant more. The public are doing much to relieve her distress and the Government have also promised to do something. I hope they will fulfill it.

A Warning and Hope

A great responsibility has now fallen on the shoulders of the Government. Among other things the spirit of the transaction is that they must make the works available to the public at as low a price as possible. It is earnestly hoped that they will live up to their promise.

Two courses are now open to the administration.

1. To undertake the publications themselves by setting up a proper machinery competent to increase the variety of the editions (such as illustrated, prize and library editions), translate the works, and compile such extracts as may be fit for introduction as text books in schools. Here is an opportunity for the Government not only to serve the public but also to popularize the works of the poet beyond the limits of the province.

2. As an alternative they might authorize some publishers to bring out the works on the lines that may be suggested and on conditions that may be laid down by the Government to ensure cheapness and decent get-up.

But let them not, on any account, be handed over to interested persons, who, in the name of cost of production, might fix prohibitive prices and thus defeat the very object of the transfer.

There is also another danger which the Government must try to avoid. When fresh editions are brought out, care must be taken to see that the original lines or stanzas are not tampered with. There is already a tendency to replace some lines or works in the original by those that will suit or liked by the singer, citer or publisher, according to his need and persuasion. There is also a movement to clip, touch up and give a different reading to some of the classics in the name of interpolations and later accretions. Whatever may be the justification for such a process in the case of other writers, there is no room for such a thing in the case of

Bharati. For he is a poet who lived with us till a few years ago, whose manuscripts are still available and the present editions of whose works are based on the original.

Let us wait and see how far the Government try to keep these things in mind in the great work they have undertaken.

Dear Reader, perhaps I have taxed upon you too much with a fairly long account. You may take it for whatever it is worth. But may I request you in the name of Bharati to have a soft corner in your heart for one who has done a bit of some kind of national service?

Jai Hind.

G.O. No. 1226, Education, 17–4–1950

(ix)

பாரதி நூல் [அரசு பதிப்பு] விற்பனை பற்றிச் சட்டமன்றத்தில் கேள்வி

* 986. Q.

P. Jeevanandam: Will the Hon. the Minister for Finance be pleased to state

(a) the number of copies of the latest 'Bharathi's Collections' printed: and

(b) the number of copies sold so far?

The Hon'ble Sri C. Subramaniam: (a) & (b)

பாரதி நூல்கள்: கவிதை		No. of Copies Printed	No. of Copies Sold
Part I	National Songs	1,000	1,000
Part II	Deiva Padalkal	1,000	789
Part III	Palvakai Padalkal	1,000	595
Part IV	முப்பெரும் பாடல்கள்	1,000	327

Sri P. Jeevanandam: தலைவர் அவர்களே, மகாகவி பாரதியாரின் பாடல்கள் ஒரு தனிமனிதரின் உடமையாக இருக்கக் கூடாது. அது காந்திய இலக்கியம் மாதிரியாக தமிழ்நாட்டு மக்கள் எல்லோருக்கும் சொந்தமானதாக இருக்க வேண்டும். அது எல்லோருக்கும் மிகக் குறைந்த விலையில் கிடைக்க வேண்டும் என்ற காரணத்தையெல்லாம் கொண்டுதான் சர்க்காரே அதன் உடமைகளை வாங்கினார்கள். ஆனால் இன்றைக்கு பாரதி பாடல்களின் தொகுப்புக்கள் மிக உயர்ந்த விலையில்தான் சர்க்காரால் விற்கப்படுகிறது. அதுவும் எல்லாப் புத்தகங்களும் கிடைக்கவில்லை. இதைச் சர்க்கார் கவனித்து எல்லோருக்கும் மலிவான விலையில் கிடைக்கும்படியான ஒரு ஏற்பாட்டை ஏன் செய்யவில்லையென்று நான் கேட்கிறேன்.

Hon'ble Minister C. Subramaniam: Sir, The intention of the Government is to have a publication properly edited so that the correct version of the poet may be made available to the public. After that anybody is free to publish any of his works.

G.O. No. 1299, Public, 18-4-1955

(x)

நாட்டுடைமையாக்க அறிவிப்பு

Hon. Members are aware that Bharatiar's works were held almost as private property and that nobody could use them for any purpose without the permission of those individual owners. Therefore, in order to make them a public property, the Government purchased the entire right of publishing Bharatiar's works. The intention of the Government then was to publish an authoritative version of the work of Bharati and then release them to the public so that they might be utilized to the best advantage possible. In spite of very many efforts made by the committee constituted for this purpose, it has been so far possible only to publish the poems.... As far as the prose works are concerned, they have not yet been touched at all. As far as the poems are concerned, the Government have taken a decision to release the entire right to the public. The only restriction with regard to the use of these poems is that in publishing them and in using them in various other ways the public should stick to the authorized version and should not make a variation. Subject to that condition, the Government are proposing to issue a Government Order immediately releasing the entire right to the public so much so Bharatiar's poetical works imprisoned in the hands of private individuals and subsequently within the four walls of the Secretariat will hereafter be completely released and will have complete freedom and, I am sure, the public will take advantage of this. Hereafter the cry that Bharatiar's works are not available in any of the bookshops will not be made. I am sure the spirit of Bharati will pervade the entire Tamilnadu and will be infused into our children – our young boys and girls – and that they will live up to the ideals put forward by poet Bharati.

பாரதியார் அவர்கள் கைப்பட எழுதியது, அதற்கு பின்னால் பத்திரிகைகளில் பிரசுரமானது, அதற்கு பிற்பாடு வேறு பல புத்தகங்களில் பிரசுரமானது இவைகளை வைத்துதான்

Authorized Version என்று போட்டிருக்கிறோம். சர்க்கார் பிரசுரத்தில் கொடுக்கப்பட்டிருக்கும் குறிப்பைவிட வேறுவிதமாக பத்திரிகைகளில் பிரசுரமானது இருந்தாலும் அதுவும் பின்னால் கொடுக்கப்பட்டிருக்கிறது. இதில் எதை வேண்டுமானாலும் உபயோகப்படுத்தலாம். சர்க்கார் கொடுத்திருக்கும் வெர்ஸனைத்தான் உபயோகப்படுத்த வேண்டுமென்றில்லை. சர்க்கார் பிரசுரத்தில் பின்னால் கொடுக்கப்பட்டிருக்கும் வேறுவிதமான வாசகங்களையும் உபயோகப்படுத்துவதில் எந்த தவறும் இல்லை. இதையெல்லாம் விட்டுவிட்டு, நமது கற்பனையை வைத்து மாறான ஒரு வெர்ஸன் – ஐ எழுதி, இதுதான் சுப்ரமணிய பாரதியாருடைய கவிதை என்று வரக்கூடாது என்பதுதான் சர்க்காரின் அபிப்பிராயம். சுப்ரமணிய பாரதியார் உண்மையாகவே எழுதியது எதையும் தடை செய்யும் உத்தேசம் சர்க்காருக்கு கிடையவே கிடையாது. அவருடைய பாட்டுகளை அப்படியே மக்களிடம் வழங்க வேண்டுமென்பதுதான் சர்க்காரின் கருத்து.

(14 மார்ச் 1955இல் சென்னை சட்டமன்றத்தில்
நிதி அமைச்சர் சி. சுப்பிரமணியம் அறிக்கை)

G.O. No. 1299, Public (General B), 18-4-1955

(xi)

பாரதி நூல்களுக்குப் பரிபூரண விடுதலை

கல்வி மந்திரி ஸ்ரீ சி. சுப்பிரமணியம் நமது சட்டசபையில் சமீபத்தில் கல்வி மான்யம் குறித்த பிரேரணைக்குப் பதிலளித்துப் பேசுகையில், பாரதி நூல்கள் பற்றி வெளியிட்ட அபிப்பிராயம் பெரும்பாலோருடைய கவனங்களைக் கவர்ந்திருக்கிறது. 'சர்க்கார் வசமுள்ள பாரதியாரின் நூல்கள் அனைத்தும் பொதுமக்களின் உபயோகத்துக்கு எவ்விதத் தங்குதடையுமின்றி வழங்கப்படும். அதை மக்கள் நன்கு பயன்படுத்திக்கொள்ளலாம். பாரதியாரைக் குறித்து அரசாங்கத்திடம் இருப்பனவற்றையெல்லாம் பொது மக்களுக்குக் கொடுத்துவிட அரசாங்கம் தீர்மானித்துள்ளது. இதற்கான உத்தரவு கூடிய சீக்கிரம் வெளியிடப்படும்' என்று ஸ்ரீ சுப்பிரமணியம் தெளிவாகத் தெரிவித்திருக்கிறார். இது பெரும் மகிழ்ச்சிக்குரிய செய்தியாகும்.

ஏனென்றால் கவிஞர் பாரதியாரின் நூல்கள் அன்னிய சர்க்காரின் ஆட்சியிலும் அடக்குமுறைக்கு ஆளாகிச் சிறைப்பட்டுக் கிடந்தன. அதாவது பிரிட்டிஷ் அரசாங்க அதிகாரிகள் பாரதியாரின் கவிதைகளுக்குத் தடை உத்தரவு பிறப்பித்து நாட்டு மக்களிடையே வழங்காதவாறு, பரவாதவாறு தடுத்துவிட்டனர். பாரதியாரின் நூல்களுக்கு ஏற்பட்ட இந்த அவல நிலை அன்னிய ஆதிக்கம் ஒழிந்த பின்னரும் ஒழிந்த பாடில்லை. சுதந்திர ஆட்சி, சொந்த ஆட்சி ஏற்பட்ட பின்னரும், பாரதியார் நூல்கள் நாட்டு மக்களால் நன்கு பயன்படுத்திக்கொள்ளப்படாமலே இருந்துவந்தது. இதற்குக் காரணம் பாரதியாரின் நூல்களினுடைய உரிமை தனிப்பட்ட சில நபர்களுக்கு அடகு வைக்கப்பட்டிருந்ததுதான். அவர்கள் பாரதியாரின் கவிதைகள், கட்டுரைகள் நாடக மேடைகளிலும் வெள்ளித்திரைகளிலும் பாடவோ பேசவோ கூடாதென்றும், பிற புத்தகங்களில் மேற்கோளாகக்கூடப் பாரதி பாடல்களை, கட்டுரைகளை எடுத்துப் பயன்படுத்திக்கொள்ளக்கூடாதென்றும் தடுத்து வந்தனர்.

இதன் பயனாக, பாரதியாரின் கவிதைகள், கட்டுரைகள் காலப்போக்கில் மறைந்து வரலாயின. இக்கேவல நிலையைப் போக்கவே சென்னை மாநகரில் 1947ஆம் ஆண்டில் 'பாரதி விடுதலைக் கழகம்' என்று ஒன்று வல்லிக்கண்ணன், திருலோக சீதாராம், நாரண. துரைக்கண்ணன், டி.கே. சண்முகம் முதலிய பாரதியன்பர்கள் சிலரால் தொடங்கப்பட்டுக் கிளர்ச்சி செய்யப்பட்டது.

அச்சமயம் சென்னை முதல் அமைச்சராக இருந்த ஓமந்தூர் இராமசாமி ரெட்டியார் தனிப்பட்ட சிலரிடம் இருக்கும் பாரதி நூல்களின் உரிமையை நாட்டு மக்களுக்குப் பொது உடைமையாக்க, அவசர சட்டமொன்றுகூடப் பிறப்பிக்க முன்வந்தார். ஆனால் அவ்விதம் செய்வதற்கு முன் பாரதியாரின் குடும்பத்தினரிடமிருந்து இவ்விதம் செய்வது பற்றித் தங்களுக்கு ஒன்றும் ஆட்சேபமில்லை என்று ஓர் அபிப்பிராயத்தை மனைவி, மக்கள் கைப்பட எழுதி வாங்கி வரவேண்டுமென்று அட்வொகேட் ஜெனரல் சட்ட ஆலோசனை கூறினார்.

அதன்படி இக்கிளர்ச்சியில் தீவிரமாக ஈடுபட்டிருந்த வல்லிக்கண்ணன், நாரண. துரைக்கண்ணன், டி.கே. சண்முகம், அ. சீனிவாசராகவன், மு. கணபதி ஆகிய சிலர் திருநெல்வேலிக்குப் போய் எழுதி வாங்கிக்கொண்டுவந்து *தினசரி* ஆசிரியர் ஸ்ரீ டி.எஸ். சொக்கலிங்கம் வாயிலாக முதல் அமைச்சரிடம் சேர்ப்பித்தனர்.

இம்முயற்சியில் பெரிதும் கவனஞ் செலுத்தி வந்தது காரணமாகவே ஸ்ரீ நாரண. துரைக்கண்ணன் தம் ஒரே மகனைக்கூட இழக்கவேண்டியதாயிற்று. (அதாவது பாரதி பணியே பெரிய பணி எனக் கருதி நோய்வாய்ப்பட்டிருந்த மகனைச் சரியாகக் கவனிக்க முடியாமல் போனதன் விளைவு இது.) இவ்விதமான பெருங்கிளர்ச்சிக்கும் தியாகத்துக்கும் பின்னர், பாரதி நூல்கள் தனிப்பட்டவர்களிடமிருந்து விடுவிக்கப்பட்டன. (இவ்விஷயத்தில், ஸ்ரீ ஏவி. மெய்யப்ப செட்டியார் பாரதி பாடல்கள், நாடகம், சினிமா, ரேடியோ, இசைத்தட்டுக்களில் பாடப்படுவதற்கு இருந்த உரிமையைப் பெருந்தன்மையாக வலிய விட்டுக்கொடுத்தது இங்கு குறிப்பிடத்தக்கது.)

ஆயினும், அவை பொது மக்களுக்கு உடனே உரிமையாக்கப் படவில்லை. அவ்விதம் செய்தால், மக்கள் அவ்வுரிமையைத் தவறாக உபயோகப்படுத்தி விடுவார்கள்; முதலில் சர்க்கார் பாரதி நூல்களை அதிகாரபூர்வமான நல்ல பதிப்பாக வெளியிட்டுப் பின் நாட்டு மக்களுக்கு உரிமையாக்க வேண்டுமென்று ஓமந்தூரார் எண்ணினார். அவருடைய நல்லெண்ணத்தை யாரும் குறை கூற முடியாது. ஆனால், சர்க்கார் பாரதி நூல்களை உடனடியாகப்

போடவில்லை. நிர்வாகச் சங்கடம், அடிக்கடி மந்திரிசபை மாறுதல் போன்ற காரணங்களால் பாரதி நூல் பதிப்புகள் வெளிவருவது தாமதமாய் வந்தது. அத்துடனில்லாமல் பாரதி பாடல்களையோ, கட்டுரைகளையோ புத்தகங்களில் மேற்கோள்களாக எடுத்துக் கையாள்வதாயினும் வரிக்கு நாலணா என ஒரு குறிப்பிட்ட கட்டணம் தர வேண்டும். நாடக மேடைகளிலும், வெள்ளித் திரையிலும், இசைத்தட்டிலும் பயன்படுத்துவதாயின் இவ்வளவு தொகை தர வேண்டும் என்றெல்லாம் நிபந்தனை விதித்தனர். இது மறைமுகமான தடை போல் தோன்றியதால் மீண்டும் கிளர்ச்சி நடத்தப்பட்டது.

இத்துடன் மற்றப் பிரசுரகர்த்தர்கள் வெளியிடுவதையும் தடுத்து சர்க்காரும் வெளியிடாததால் பாரதி நூல்கள் மக்கள் படிப்பதற்குக்கூட கிடைக்க முடியாத நிலை ஏற்பட்டது. கல்வி மந்திரியே தம் பேச்சில் குறிப்பிட்டது போல் தனிப்பட்டோரிடமிருந்து விடுதலை பெற்ற பாரதி நூல்கள் சர்க்காரின் கோட்டைக்குள் ஏறக்குறைய ஆறு வருஷங்கள் சிறைப்பட்டிருந்தன. இதற்காகவும் கிளர்ச்சி செய்யப்பட்டது.

கடைசியாக, சர்க்கார் அசைந்து கொடுத்து சென்ற ஆண்டில் பாரதியாரின் கவிதைப் பகுதியை மட்டும் வெளியிட்டார்கள். அதிகாரபூர்வமாகப் பாரதி நூல்களை வெளியிட ஒரு கமிட்டி நிறுவப்பட்டு பெருமுயற்சி செய்யப்பட்டனவாயினும், பாரதியாரின் கவிதைகள் மட்டுமே வெளியிட முடிந்தது எனக் கல்வி மந்திரி தெரிவித்திருக்கிறார். இவர் குறிப்பிட்ட கமிட்டியில் பாரதி நூல்கள் பொதுவுடைமையாவதை விரும்பாமல் தனிப்பட்டோர் சார்பில் வாதித்தவர்கள்கூட இடம் பெற்றிருக்கின்றனர்.

அதே சமயத்தில் பாரதி நூல்கள் அனைத்தையும் நாட்டு மக்களுக்கு உரிமையாக்கி நன்கு பயன்படுத்திக்கொள்ளச் செய்ய வேண்டுமென்று அரும்பாடுபட்ட மேற்குறித்த பாரதியன்பர்களில் ஒருவர்கூட இக்கமிட்டியில் இடம் பெறவில்லை என்பதை இங்கு நம்மால் குறிப்பிடாமலிருக்க முடியவில்லை.

இது போன்ற குழுக்களுக்கு, சென்சார் போர்டு, ரேடியோ அட்வைசரி போர்டு முதலியவைகளுக்கு நியமிக்க வேண்டுமாயின் சர்க்காரின் கவனத்தில் ஒரு சிலர்தான் தென்படுகின்றனர். எந்தக் காரியத்தை யாரிடம் ஒப்படைக்க வேண்டும், எந்தக் குழுவில் யாரைச் சேர்ப்பது என்பன போன்ற விஷயங்களில் அரசாங்கம் நடுநிலையாக நடந்துகொள்ளாதவரை பாரதி நூல்கள் வெளியிடுவது போன்ற காரியங்கள் எப்படி உருப்படும்? வெற்றி பெறும்? கையாலாகாத நிலையில்தான், சர்க்கார் பாரதி நூல்களை யாரும் வெளியிட்டுக்கொள்ளலாம் என இப்போது

உத்தரவிடத் தீர்மானித்து விட்டார்கள் எனத் தெரிகிறது. உண்மை எப்படியிருந்தாலும் பாரதி நூல்கள் பாரதி விடுதலைக் கழகத்தார் மற்றும் பாரதியன்பர்கள் நீண்ட காலமாக எதிர்பார்த்தபடி நாட்டு மக்களுக்குப் பொதுவுடைமையாக்கப்பட்டது பெரிதும் பாராட்டத்தக்கதுதான்.

பாரதி விடுதலைக் கழகத்தார் செய்த பெருஞ்சேவையும் தியாகமும் வீண் போகவில்லை. அவர்களுக்குப் பெருவெற்றியையே அளித்திருக்கிறது. உண்மையான தொண்டு உடனடியாக வெற்றிபெறாவிடினும் முடிவில் என்றேனும் ஒருநாள் வெற்றி பெற்றே தீரும் என்பதற்குப் பாரதி விடுதலை கழகத்தாருக்குக் கிடைத்துள்ள பெருவெற்றியே போதிய சான்றாகும். கல்வி மந்திரி தெரிவித்தபடி பாரதி நூல்களைப் பொது மக்களுக்கு உரிமையாக்குவதாகக் கூடிய சீக்கிரம் சர்க்கார் உத்தரவு பிறப்பிக்குமென்று நாம் நம்புகிறோம்.

— லியோ [நாரண. துரைக்கண்ணன்]

பிரசண்ட விகடன், ஏப்ரல் 1955

மறுபதிப்பு: *பிரசண்ட விகடன் இதழ்த் தொகுப்பு 1,* கலைஞன் பதிப்பகம், சென்னை, 2003

(xii)

நாட்டுடைமையாக்கம் பற்றி நூலாசிரியர்

(அ)
Nationalising Anna
A.R. Venkatachalapathy

On June 10, the Chief Minister of Tamil Nadu, J. Jayalalitha, announced an ex-gratia of Rs 75 lakhs to the widow of C.N. Annadurai (Anna). This, finally, puts the seal of certainty on the policy decision to nationalise all the writings of Anna, announced in late 1994 to mark his 85th birthday celebrations.

Henceforth, Anna's writings cease to be copyright material. Anybody can publish and distribute them – a fitting tribute to a man who, almost single-handedly, through his writings and speeches, led the Dravidian movement to electoral power in 1967. From the 1940s to the 1960s, he enthralled a generation of youths with his skillful use of the Tamil language, both on paper and on the platform.

The nationalisation of a great man's works, in Tamil Nadu at least, is by no means unprecedented. In 1949, the poems of Subramania Bharati, the great nationalist poet, were nationalised. Similarly, the works of Bharatidasan, the fiery poet of the Dravidian movement, were nationalised by M. Karunanidhi. More recently, in September 1993, Jayalalitha herself extended this honour to Pattukkottai Kalyanasundaram, the Communist poet and film lyricist. And now it is Anna's turn.

Nationalisation of the works of art is invariably the result of public pressure. The nationalisation of Bharati's work was preceded by one of the most forceful campaigns in post-1947 Tamil Nadu. Similarly, the nationalisation of Bharatidasan's works was a longstanding demand of many a Tamil enthusiast. In fact, during the campaign for the 1991

Tamil Nadu assembly elections, the DMK counted the nationalisation of Bharatidasan's works among of its achievements.

A classic has been defined, perversely, as a work often quoted but rarely read. Nationalisation further reinforces the status of a classic and makes it more easily available. It attains an iconic status, being a standard presence on book shelves and also given as gifts at weddings, competitions in schools, etc. It helps to democratise classic works. The campaign for the nationalisation of Bharati's works, it must be remembered was sparked off by a copyright notice service on a theatre personality. (Creative artistes using Tagore's poems still have this problem.) But with the easing of copyright regulations, the long standing complaint against the unscrupulous business use to which Bharati was put was laid to rest. A major gain after nationalisation was the publication of the first complete edition of Bharati's poems in 1957. Since then, scores of editions have appeared and copies must have easily crossed the two million mark. Today, a 600-page plus copy of Bharati's poems can be bought for as little as Rs 40.

If, then, nationalisation has helped in democratising literature, it had also aided the needs of research and the pursuit of knowledge. Many scholars have, over the decades, diligently worked at tracing, compiling and collating scattered and uncollected writings of nationalised writers without the Damocles' sword of the Copyright Act dangling over their heads. Similarly, in the aftermath of the nationalisation of Bharatidasan's works, a spate of unpublished works of the poet, long concealed for fear of being sued by the copyright holders, saw the light of the day.

It is in this context that the nationalisation of Anna's works needs to be welcomed. A whole generation has grown up without reading much of Anna's works, a process compounded by the anti-intellectual turn the Dravidian movement took in the 1960s. The easier availability of Anna's works could well lead to a critical assessment, especially in the present context of the new-found academic and political interest in the history of the Dravidian movement. Hopefully, the radical works of Periyar E.V. Ramaswami will also receive similar treatment from the government.

Bengal ought to take a leaf from the Tamil Nadu book and campaign for the nationalisation of Tagore's works. The Central Government, in a retrograde move in late 1991, extended the copyright of Tagore's works for a further 10 years after it was to have, even legally, lapsed. All works more so of great people, are eminently social products. Ultimately, its ownership should vest with the people, intellectual property rights and GATT notwithstanding.

The Economic Times, 5 July 1995

(ஆ)
நாட்டுடைமையாக்கம்:
கௌரவமா? கேலிக்கூத்தா?

ஆ. இரா. வேங்கடாசலபதி

ஒரு நூற்றாண்டுக்கும் முன்னர் மறைந்துபோன பரிதிமாற் கலைஞரின் படைப்புகளை அண்மையில் தமிழக அரசு நாட்டுடைமையாக்கியுள்ளது. ஐம்பதாண்டுகளுக்கும் முன்பே உரிமை தீர்ந்துவிட்ட படைப்புகளை நாட்டுடைமையாக்கும் விந்தையை எவரேனும் விளக்கினால் நன்றாக இருக்கும். விழுமிய நோக்கத்தோடு உருவான நாட்டுடைமையாக்கம் என்னும் செயல் கேலிக்கூத்தாகவும் துன்பியல் நாடகமாகவும் மாறி வருகிறதோ என்ற எண்ணத்தைத் தவிர்க்க இயலவில்லை.

1949இல் பாரதி படைப்புகளின் உரிமையை விலைக்கு வாங்கிய தமிழக அரசு, 1963இல் அந்த உரிமையை முழுமையாக விட்டுக்கொடுத்தது. தமிழ்ப் பண்பாட்டில் தவிர்க்க முடியாததும் பரவலானதுமான பாரதி படைப்புகளைத் தடையின்றிப் பயன்படுத்துவதற்குப் பாரதியின் படைப்புகள் – அவருடைய குடும்பத்தினர் அல்லாத – சில தனிநபர்களின் உரிமையாக இருந்த நிலையில், தமிழக அரசு அதை வாங்கி மக்களுக்கு வழங்கியது. இது முன்னுதாரணமே அற்ற ஒரு நடவடிக்கை. தாகூரின் படைப்புகளுக்கு இயல்பாக 1991இல் உரிமை தீர்ந்திருக்க வேண்டிய நிலையில், மத்திய அரசு ஓர் அவசரச் சட்டம் கொண்டுவந்து, காப்புரிமையை மேலும் பத்தாண்டுகளுக்கு நீட்டித்த பிற்போக்கு நடவடிக்கையோடு ஒப்பிட்டால் பாரதி படைப்புகளின் நாட்டுடைமையாக்கத்தின் புதுமையும் புரட்சியும் தெளிவாகப் புலப்படும். காந்தி, நேரு, பிரேம்சந்த் என்று எந்த இந்திய ஆளுமைக்கும் இத்தகைய ஒரு கௌரவம் கிடைத்ததில்லை. தனியுரிமை கோலோச்சும் மேலைப் பண்பாடுகளில் இத்தகைய நடவடிக்கையை எண்ணிப்பார்க்கவே முடியாது.

அடிப்படையில் நாட்டுடைமையாக்கம் என்பது பணம் சம்பந்தப்பட்டதல்ல. மாறாக ஒரு ஆளுமைக்குக் கிடைக்கும் சமூக ஏற்பும் கௌரவமுமே யாகும். பாரதி படைப்புகளின் நாட்டுடைமையாக்கம் ஒரு பெரும் பண்பாட்டு இயக்கப் பிரசாரத்தின் வழியே ஏற்பட்டதாகும்.

பாரதியைப் போல் பாரதிதாசன் படைப்புகளும் நாட்டுடைமை ஆக்கப்பட வேண்டும் என்ற கோரிக்கை தமிழ் ஆர்வலர்களிடையே நெடுங்காலம் இருந்தது. பாரதிதாசன் நூற்றாண்டையொட்டி இது ஈடேறியது. பின்னர் அண்ணாவின் படைப்புகள் ஒரு பெருந்தொகை கொடுக்கப்பட்டு நாட்டுடைமை யானது. பட்டுக்கோட்டை கல்யாணசுந்தரம் தொடர்ந்தார்.

மடை திறந்தது என்னுமளவுக்கு அடுத்தடுத்து முப்பது அறிஞர்கள் என நாட்டுடைமையாக்கம் என்ற உயர் கௌரவம் 1990களில் கட்டெறும்பாய்த் தேய்ந்தது. தன்னேரில்லாத ஆளுமைகளுக்கே கிடைத்திருக்க வேண்டிய கௌரவம் சராசரித்தனத்திற்கும் கீழே சரிந்தது. மறைந்த எழுத்தாளர்களின் குடும்பத்தினர் பலரும் எப்படியேனும் நாட்டுடைமையாக்கம் செய்துவிடலாமென விண்ணப்பங்களுடன் தலைமைச் செயலகத்தில் காத்துக்கிடக்கலாயினர்.

நாட்டுடைமையாக்கம் என்பது ஒரு சமூகச் செயல். ஓர் எழுத்தாளர் 'புதையல் தோண்டிக் கட்டித் தங்கம் எடுக்கலாம். அரியானா குலுக்கலில் பத்து லட்சம் தட்டிக்கொண்டு போகலாம்.' இவற்றுக்கும் நாட்டுடைமை ஆவதற்கும் கொஞ்சம் வேறுபாடு உண்டு. நாட்டுடைமையாக்கத்தினால் கிடைக்கும் தொகை ஒரு குறியீடு, அவ்வளவே.

தமிழக அரசு நாட்டுடைமையாக்கத்தில் சீரான, தகுதியான, நடவடிக்கையை மேற்கொள்ளவில்லை. புதுமைப்பித்தனும் கு.ப. சேது அம்மாளும் ஒன்றாக நாட்டுடைமையாயினர். புதுமைப்பித்தனுக்கும் ஐந்து லட்சம், படைப்பாளரே அல்லாத சக்தி கோவிந்தனுக்கும் 5 லட்சம். புலவரான ந.மு. வேங்கடசாமி நாட்டாருக்கும் 5 லட்சம், மொழிபெயர்ப்பாளர் த.நா. குமாரசாமிக்கும் 5 லட்சம். 'சிலம்புச் செல்வ'ருக்கு 20 லட்சம். புலவர் குழந்தைக்கு 10 லட்சம். கவிஞர் முடியரசனுக்கு 10 லட்சம்.

சென்ற பத்தாண்டுகளில் ஏற்பட்டுள்ள புத்தக வெளியீட்டுப் பெருக்கம் நாட்டுடைமையாக்கத்தினால் விடுவிக்கப்பட்ட படைப்புகளின் மீது கொழுத்துள்ளது. தாறுமாறான பதிப்புகளுக்கு அளவில்லை. 'உயிர் பெற்ற தமிழர் பாட்டு' இல்லாமல் பாரதி பாடல் தொகுப்புகள் உலவுகின்றன. கல்கி நாவல் பதிப்புகள் கத்தரிக்காய் வியாபாரத்தைவிட மலிந்துவிட்டன. எந்த எழுத்தாளர் மறைந்தாலும் உடனே அவர் படைப்புகள் நாட்டுடைமையாக வேண்டும் என்று 'ஆசிரியருக்குக் கடிதங்கள் அனுப்பப்படுகின்றன; தீர்மானங்கள் இயற்றப்படுகின்றன.

இந்த நிலைக்கு எதிராகத் தமிழுலகம் குரல் கொடுக்க வேண்டும். வறுமையில் வாடும் எழுத்தாளர் குடும்பங்களுக்கு நிதி உதவி, நல்கை, ஓய்வூதியம், வேலை வாய்ப்பு முதலான உதவிகளை அரசு தாராளமாகச் செய்ய வேண்டும். நாட்டுடைமையாக்கம் இதற்கு உகந்த வழியல்ல.

காலச்சுவடு, 85 (ஜனவரி 2007)
(காலச்சுவடு இதழில் தலையங்கமாக இடம்பெற்றது)

படங்கள்

பாரதியுடன் மனைவி செல்லம்மா
மூத்த மகள்: தங்கம்மாள்; இளைய மகள்: சகுந்தலா

சி. விஸ்வநாத அய்யர்

ஏவி. மெய்யப்ப செட்டியார்

ஓமந்தூர் பி. இராமசாமி ரெட்டியார்

தி.சு. அவினாசிலிங்கம் செட்டியார்

அ.வெ.ர. கிருஷ்ணசாமி ரெட்டியார்

தி.க. சண்முகம்

நாரண. துரைக்கண்ணன்

ஜீவா

மண்டயம் ஸ்ரீநிவாஸாச்சாரி

சான்றுப் பட்டியல்

அரசாணைகள் (தமிழ்நாடு ஆவணக்காப்பகம், சென்னை)

G.O. No. 963, Education & Public Health, 4-4-1949.

G.O. No. 1534, Education & Public Health, 13-5-1949.

G.O. No. 2727, Education, 29-8-1949.

G.O. No. 2467, Education & Public Health, 2-8-1949.

G.O. No. 2781, Education Public Health, 5-9-1949.

G.O. No. 3420, Education, 8-11-1949.

G.O. No. 3421, Education, 8-11-1949.

G.O. No. 3788, Education & Public Health, 12-12-1949.

G.O. No. 1226, Education, 17-4-1950.

G.O. No. 2217, Education, 19-9-1952.

G.O. No. 1259, Public (General B), 3-8-1954.

G.O. No. 1234, Public (General B), 9-4-1955.

G.O. No. 1299, Public (General B), 18-4-1955.

G.O. No. 1399, Public (General B), 18-4-1956.

பிற ஆவணங்கள் (தமிழ் வளர்ச்சிக் கழகம், சென்னை)

Minutes Book, Bharathi Works Publication Committee.

தமிழ் நூல்களும் கட்டுரைகளும்

அகிலன், எழுத்தும் வாழ்க்கையும், பாரி புத்தகப் பண்ணை, சென்னை, 1984. முதற் பதிப்பு: 1978.

அறந்தை நாராயணன், 'A.V.M. + வைரமுத்து = பாரதி வியாபாரம்', தீம்தரிகிட, 1–3–1982.

ஏவி. எம்., *எனது வாழ்க்கை அனுபவங்கள்*, ஏவி. எம். அறநிலையம், சென்னை, 2000 (முதல் பதிப்பு: 1974).

கண்ணன், 'பாரதி வழக்கு', *காலச்சுவடு*, 160, ஏப்ரல் 2013.

சண்முகம், தி.க., *எனது நாடக வாழ்க்கை*, வானதி பதிப்பகம், சென்னை (3ஆம் பதிப்பு), 1986. முதல் பதிப்பு: 1972.

சிவத்தம்பி, கா., அ. மார்க்ஸ், *பாரதி: மறைவு முதல் மகாகவி வரை*, என்.சி.பி.எச்., சென்னை, 1984.

சோமலெ, *விவசாய முதலமைச்சர்: ஓமந்தூரரார் வாழ்க்கை வரலாறு*, குருகுலம் வெளியீட்டுப் பகுதி, வேதாரண்யம், 1979.

பத்மநாபன், ரா.அ., *சித்திர பாரதி*, காலச்சுவடு பதிப்பகம், நாகர்கோவில், 2006 (முதல் பதிப்பு 1957).

பத்மநாபன், ரா.அ., *பாரதியின் கடிதங்கள்*, காலச்சுவடு பதிப்பகம், நாகர்கோவில், 2005.

ராமையா, பி.எஸ்., *மலரும் மணமும்*, அல்லயன்ஸ், சென்னை 2000. முதற் பதிப்பு: ஜோதி நிலையம், சென்னை, 1944.

வல்லிக்கண்ணன், *வாழ்க்கைச் சுவடுகள்*, பூங்கொடி பதிப்பகம், சென்னை, 2001.

விசுவநாதன், எதிரொலி, *பாரதிக்கு விடுதலை*, சேகர் பதிப்பகம், சென்னை, 1972.

விசுவநாதன், எதிரொலி, *மக்கள் போற்றும் மகாகவி*, சக்தி பதிப்பகம், சென்னை, 1981.

விசுவநாதன், சீனி., *பாரதி நூல்கள்: பதிப்பு வரலாறு*, சீனி. விசுவநாதன், சென்னை, 2005.

விசுவநாதன், சீனி., *மகாகவி பாரதி: சில புதிய உண்மைகள்*, ஸ்ரீ புவனேஸ்வரி பதிப்பகம், சென்னை, 1984.

விஜய பாரதி, எஸ்., 'பாரதி படைப்புகளின் காப்புரிமை', *தினமணி*, 3–5–2005.

விஜய பாரதி, எஸ்., நேர்காணல், *குமுதம் தீராநதி*, ஏப்ரல் 2004.

வேங்கடாசலபதி, ஆ.இரா., *முச்சந்தி இலக்கியம்*, காலச்சுவடு பதிப்பகம், நாகர்கோவில், 2004.

வேங்கடாசலபதி, ஆ.இரா., 'நமக்குத் தொழில் கவிதை', *அந்தக் காலத்தில் காப்பி இல்லை முதலான ஆய்வுக் கட்டுரைகள்*, காலச்சுவடு பதிப்பகம், நாகர்கோவில், 2013.

வேங்கடாசலபதி, ஆ.இரா. (ப—ர்), *புதுமைப்பித்தன் கட்டுரைகள்*, காலச்சுவடு பதிப்பகம், நாகர்கோயில், *2002.*

ஜீவானந்தம், ப., *பாரதி வழி*, என்.சி.பி.எச், சென்னை, முதல் பதிப்பு, *1964*, 6ஆம் பதிப்பு, *1993.*

ஆங்கில நூல்களும் கட்டுரைகளும்

Hughes, Steve, 'The "Music Boom" in Tamil South India: Gramophone, Radio and the Making of Mass Culture', *The Historical Journal of Film, Radio and Television*, 22 (4), 2002.

Sundar Rajan, Mira T., 'Moral Rights in the Public Domain: Copyright Matters in the Works of Indian National Poet C. Subramania Bharati', *Singapore Journal of Legal Studies* (Summer 2001).

Sundar Rajan, Mira T., 'The Lessons of the Past: C. Subramania Bharati and the Nationalization of Copyright', *Scripted: A Journal of Law, Technology and Society*, 6(2), 2009.

Sundar Rajan, Mira T., 'Bharati and His Copyright', *The Hindu*, 22-12-2004.

Trautmann, Thomas R., *Langauges and Nations: The Dravidian Proof in Colonial Madras*, University of California Press, Berekely, 2006.

Venkatachalapathy, A.R., *The Province of the Book: Scholars, Scribes and Scribblers in Colonial Tamilnadu*, Permanent Black, Ranikhet, 2013.

Venkatachalapathy, A.R., 'Nationalising Anna', *The Economic Times*, 5 July 1995.

Visvanathan, C., 'Service or Profiteering?' (cyclostyled statement in G.O. No. 1226, Education, 17.4.1950).

Who's Who in Madras, 1934.